Mikidadi wa Mafia

Maisha ya Mwanaharakati na Familia Yake
Nchini Tanzania

Pat Caplan

Mfasiri: Ahmad Kipacha

MKUKI NA NYOTA
DAR – ES – SALAAM

KIMECHAPISHWA NA
Mkuki na Nyota Publishers Ltd
S.L.P 4246
Dar es Salaam, Tanzania
www.mkukinanyota.com
© Pat Caplan 2014
ISBN 978-9987-08-295-7

Tembelea tovuti yetu www.mkukinanyota.com kujua zaidi kuhusu vitabu vyetu na jinsi pa kuvipata. Vilevile utaweza kusoma habari na mahojiano ya waandishi pamoja na taarifa za matukio yote yanayohusu vitabu kwa ujumla. Unaweza pia kujiunga na jarida pepe letu ili uwe wa kwanza kupata taarifa za matoleo mapya zitakazotumwa moja kwa moja kwenye sanduku la barua pepe yako.

Vitabu vya Mkuki na Nyota vinasambazwa nje ya Afrika na African Books Collective. www.africanbookscollective.com

Yaliyomo

Sura ya 3
Mikidadi: Ndoa na Familia Miaka ya 1980

Sura ya 4
Mikidadi na Harakati za Kimaisha na Ushiriki wa Kisiasa Miaka ya 1990

Sura ya 5
Mikidadi na Harakati za Maendeleo ya Mafia: Milenia Mpya.

Sura ya 6
Kifo cha Mikidadi na Mustakbali Wake

Sura ya 7
Hitimisho: Mabadiliko Tangu 1965 na Suala la Mirathi ya Mikidadi.

Jifunze Zaidi

Orodha ya Vielelezo

Orodha ya Ramani za Mafia

Orodha ya Picha

Wahusika Waliomo na Sehemu Zilizotajwa katika Kitabu Hiki

Mikidadi Juma Kichange: mhusika mkuu

Hadiya Abdallah: mke wa Mikidadi

Amina Mikidadi: binti wa kwanza wa Mikidadi

Khadijya Mikidadi: binti mdogo wa Mikidadi

Maalim Juma Kombo: baba yake na Mikidadi

Mwanasha Kombo 'shangazi': shangazi yake Mikidadi

Fatuma Bakari: mama yake Mikidadi

Rukia Juma: dada yake mkubwa Mikidadi

Abdallah Ali: mume wa kwanza wa Rukia

Fatuma Abdallah: binti wa Rukia na Abdallah ambaye ni nesi, na pia aliyelelewa na Mikidadi na Hadiya

Kuruthumu Juma: dada yake mdogo Mikidadi

'Ticha': miongoni mwa watoto wa kiume wa Kuruthumu

Abubakari Mussa Ali: mtoto wa baba yake mkubwa Mikidadi aliyesoma Misri

Kisiwa cha Mafia: kipo karibu na delta ya mto Rufiji kusini mwa Tanzania

Kilindoni: Makao makuu ya wilaya ya Mafia

Kijiji cha Kanga: miongoni mwa vijiji 6 kaskazini mwa kisiwa cha Mafia

Kijiji cha Bweni: kipo upande wa kaskazini mwishoni jirani na Kanga

Dar es Salaam: jiji kuu la Tanzania

Mtoni: kitongoji nje kidogo ya Dar es Salaam ambapo Mikidadi alinunua kijisehemu na kujenga nyumba yake

Zanzibar: sehemu ya Jamhuri ya Muungano wa Tanzania inayojumuisha Pemba na Unguja ambako mabinti wa Mikidadi wanaishi

Ukoo wa Mikidadi

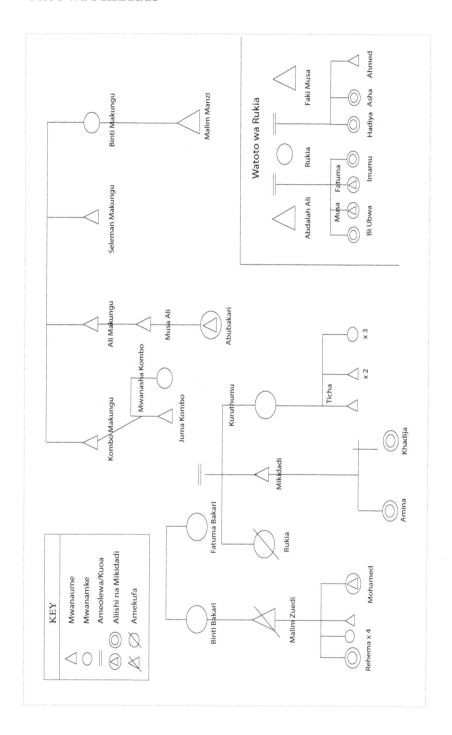

Kisiwa cha Mafia na Pwani ya Tanzania

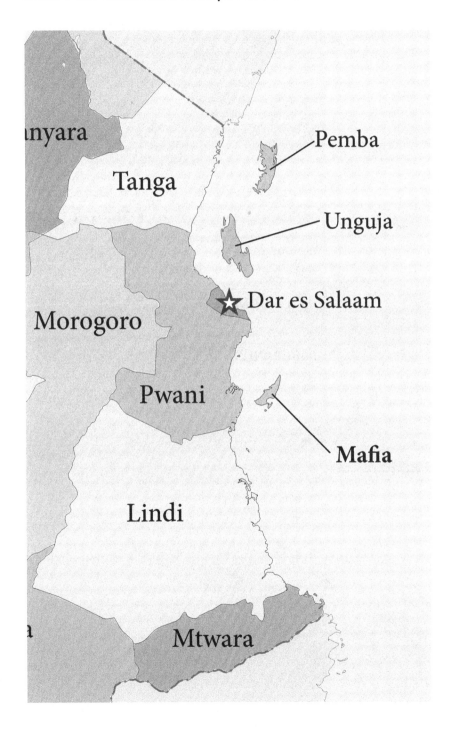

Kisiwa cha Mafia na Kata Zake

Kisiwa cha Mafia

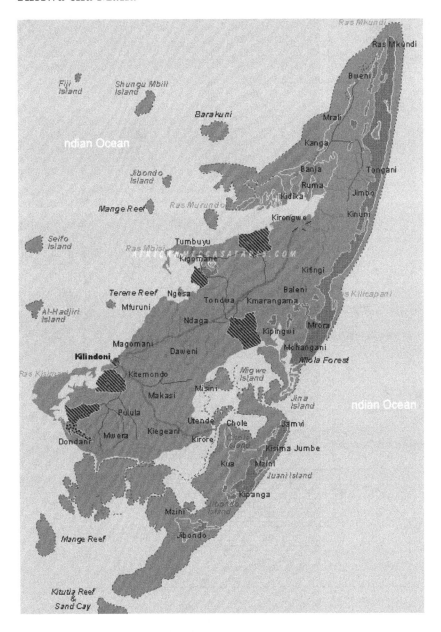

Kijiji cha Kanga Miaka ya 1960

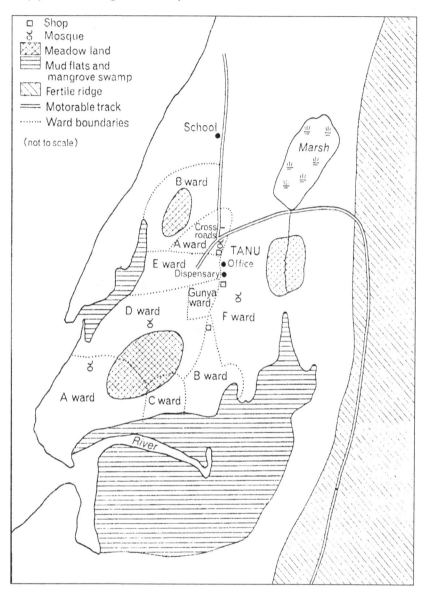

Shukurani

Si rahisi kuwataja watu wote wa kisiwa cha Mafia, hususan kijiji cha Kanga walionisaidia kwa miaka mingi. Nina madeni makubwa ya fadhila, ushirikiano, michango ya mawazo na ukarimu wao ambayo si rahisi kuyalipa. Wengine walikuwa ndugu na marafiki wa karibu kama vile; Bw. Mikidadi Juma Kichange, mkewe Bi. Hadiya Abdallah na dada yake Bi. Rabia, mabinti zake Bi. Amina na Bi. Khadijya, wazazi wake Mikidadi, Bw. Maalim Juma Kombo na Bi. Fatuma Bakari, dada zake Bi. Rukia Juma na Bi. Kuruthumu Juma, na ndugu wengine wa karibu wakiwemo shangazi yake Bi. Mwanasha Kombo, mpwaye Bw. 'Ticha', na binamu yake Bw. Abubakari Mussa.

Mawasiliano hayakuwa rahisi, nawashukuru Bi. Rabia na Bw. Abubakari kwa kufanikisha mawasiliano siku za hivi karibuni kwa njia ya intaneti. Na vilevile namshukuru Bw. Tony Janes wa kampuni ya usafirishaji ya Simply Tanzania kwa kunitumia vifurushi kwa miaka kadhaa. Shukrani pia zimwendee Bi. Mary Ann Mhina kwa msaada mkubwa kwa niaba yangu kwa familia ya Mikidadi baada ya kifo chake.

Napenda kuwashukuru wanachama wengine wa asasi binafsi ya CHAMAMA walioshiriki katika kutoa maelezo yahusuyo historia ya CHAMAMA haswa ndugu Mikidadi Mgeni na Dkt. Naumi Khatibu ambao pia walikuwa wenyeji wangu nilipokuwa Kilindoni na hadi sasa ni marafiki zangu wa karibu.

Mradi huu umefadhiliwa na British Academy, na tafiti zangu za mwanzo za Mafia zilifadhiliwa na mifuko ya Nuffield Foundation, Leverhulme Foundation, na Economic and Social Research Council. Idhini ya kufanya utafiti huu ilitolewa na Baraza la Sayansi na Tekinolojia (COSTECH) nchini Tanzania. Natoa shukrani zangu za dhati kwa wote hawa, bila ya kusahau Idara ya Anthropolojia ya Chuo Kikuu cha Goldsmiths ambayo nimeshirikiano nayo tangu mwaka 1977 na bado inaendelea kushirikiana nami kwa kuendesha tovuti ya Chuo yenye mtandao wa Kisiwa cha Mafia na Makusanyo ya picha za Kihistoria za Kisiwa cha Mafia.

Nilipotembelea Tanzania mnamo mwaka 2010, nilikirimiwa na watu mbalimbali wakiwemo: Bi. Anne na Bw. Jean de Villiers wanaoendesha hoteli huko Chole Mjini, Kisiwani Mafia na Bw. Moez Kassam na Bibi Maura Cavallo wa Butiama Beach Hotel. Mjini Dar es Salaam nilikaa vilevile Kituo cha Urafiki wa Urusi na Tanzania, kwa Bi. Cecilia Mushobozi (anayenifanya nijisikie niko nyumbani nikiwa Dar), na Zanzibar kwa Dr. Manuela Palmeirim, aliyeniwezesha kupata fursa ya kuchambua makusanyo yangu pamoja na malazi mazuri. Nawashukuru pia wanazuoni wenzangu waliopo: Profesa Marjorie Mbilinyi, Dkt. Simeon Mesaki, and Dkt. Rose Mwaipopo – nawashukuru wao pamoja na Idara nzima ya Soshiolojia na Anthropolojia ya Chuo Kikuu cha Dar es Salaam ambao mara kadhaa nimekuwa mgeni wao.

Bila ya kumsahau mume wangu Bw. Lionel Caplan kwa kunipa moyo na vilevile kupitia rasimu za awali za kazi hii na kunipa ushauri mustajaba. Nimepokea vilevile maoni mbalimbali kutoka kwa Dkt. Ahmad Kipacha wa Chuo Kikuu cha Tumaini Makumira, Dkt. Farouk Topan wa School of Oriental Studies (SOAS), Dkt. Simeon Mesaki wa Chuo Kikuu cha Dar es Salaam, Bi. Amina, Bi. Mary Ann Mhina (aliyekuwa katika asasi ya Able Child Africa) na Dkt. Janet Bujra wa Chuo Kikuu cha Bradford. Nimefaidika mno kwa michango yao ya mawazo. Muswada huu pia ulipitiwa na binamu yake Marehemu Mikidadi aitwaye Bw. Abubakari Mussa na binti ya Mikidadi aitwae Amina, nawashukuru wote kwa msaada wao. Bw. Joseph Bwathondi alinukuu na kuyaweka kidigitali baadhi ya maandiko ya kazi hii. Ninashukuru kwa msaada huu mkubwa. Dkt. Ahmad Kipacha alifasiri kazi hii kwa Kiswahili–ahsanteni sana!.

Utangulizi

Mikidadi, Mwana Anthropolojia na Kitabu Chake

Mikidadi akiwa mtoto kijijini Kanga, 1966

Utambulisho wa Mikidadi

Ilikuwa jioni ya mwaka 1965 katika Kijiji cha Kanga, kisiwani Mafia nchini Tanzania nilikokuwa nikiishi kwa mwaka mmoja kwa ajili ya utafiti wangu wa Uzamivu (PhD) wa Kianthropoloji. Mara baada ya kumaliza hojaji na mikutano kadhaa, nikiwa nimekaa katika meza nikidurusu taarifa nilizozikusanya katika kijitabu changu. Mara nikasikia 'Hodi' na nikajibu 'Karibu'. Mvulana apatae miaka kumi na mbili akaingia. 'Je, ninakusumbua?' aliniuliza. 'Hata kidogo' nilimjibu. Alikaa chini kimya na kusuburi kuona iwapo niko tayari kuzungumza naye au bado ninaendelea na kazi zangu na iwapo nipo tayari kutoka naye kutembea tembea pwani kwenye mwanga wa mbalamwezi. Kijana huyu ni Mikidadi. Katika kijitabu cha kumbukumbu zangu (shajara) cha mwaka 1966 niliandika yafuatayo:

Alhamisi 5-Mei-1966: [jioni] alikuja Mikidadi ... akasema kuwa anapenda tukatembee Rasini. Mbalamwezi iliangaza huku upepo na mawimbi mwanana yakipigapiga. Kwa mbali ngurumo za magari zikisikika kutokea Kirongwe na mnara wa kuongozea meli wa Rasi Mkumbi ulionekana kwa mbali (ulijengwa na Wajerumani sehemu za nchani kaskazini mwa Mafia) Jioni iliyofuata tulienda tena matembezini:

Ijumaa: 5-Mei-1966: Mikidadi kamaliza kusoma. Kisha tulitembelea Rasini, tukakaa ndani ya ngalawa na kuzungumza mambo mbalimbali.

Tuliendelea na ada hii kwa kipindi chote cha awamu ya kwanza ya utafiti wangu kati ya mwaka 1965 na 1967. Mikidadi akijishughulisha na shughuli za masomo nyakati za mchana katika shule ya msingi itoayo huduma kwa watoto wa viijiji vya Kanga na Bweni. Nyakati za jioni na mwishoni mwa juma alikuwa akienda madrasa iliyoanzishwa na baba yake, Mwalimu Juma Kombo.

Mikidadi alikuwa mtoto mdadisi na mwenye akili- alidadisi juu ya mambo mengi hususan kuhusiana na maisha yangu, familia, shughuli zangu na kule ninakotoka. Aliniuliza maswali mengi nami nilijitahidi kadri ya uwezo wangu kumpa majibu ya maswali, naye alizidi kudadisi hili na lile. Alionesha shauku ya kutaka elimu hadi kufikia chuo kikuu. Shauku hii ilikuwa aghalabu kutimia kwa watoto wengi katika nyakati hizo nchini Tanzania ambapo wengi wao walikuwa hawapati hata hiyo fursa ya kuondoa ujinga katika ngazi ya msingi. Na hata kwa wale waliopata fursa hiyo adimu ya kuendelea na shule ya Sekondari hawakufanikiwa kuendelea na masomo kisiwani Mafia kwani hakukuwa na shule hata moja ya Sekondari kisiwani hapo wakati huo.

Wakati nikiwa katikati ya kipindi cha utafiti, alinijia Mikidadi na kuniarifu kuwa familia yake imeamua kumhamishia Zanzibar kwa dada yake Rukia ili aweze kuendela na masomo huko ambako mazingira na miundombinu ya usomaji ilikuwa ni ya kiwango cha juu ukilinganisha na ile ya Mafia. Nikaweka katika shajara yangu mnamo tarehe 16 Septemba 1966: 'kustaftahi na Mikidadi na siku iliyofuata tulienda pwani kumuaga nyakati za jioni na aliondoka kwa usafiri wa boti'.

Nilifurahia Mikidadi kupata fursa hiyo, lakini moyoni nilijua fika kuwa nitapwekeka kwa kipindi kilichobaki cha utafiti wangu huko Mafia kwani kwa kiasi cha mwaka mzima nilifaidika na makutano yetu ya kila siku. Tofauti za umri baina yangu na yake (miaka kumi hivi) hazikujitokeza kabisa katika uswahiba wetu na tayari alishakuwa mdogo wangu nami nilikuwa dada yake. Hii ilikuwa fursa pekee kwangu kwani sikuwa na kaka wa kuzaliwa naye tumbo moja katika maisha yangu. Udugu na urafiki wetu ulidumu hadi umauti ulipoyatenganisha mahusiano yetu. Ingawa tulikuwa tunakutana pale tu nilipokuwa naizuru Tanzania kwa kipindi cha kadri ya miongo baina ya 1976, 1985, 1994, na 2002, tulishajenga mawasiliano ya dhati kwa njia ya barua. Nimezihifadhi barua zake zote na nimebahatika vilevile kupata nakala ya barua nilizokuwa nikimtumia. Mbali ya barua, vilevile tulikuwa tunatumiana picha za familia zetu kwa kadri zilivyokuwa zinakua na kutanuka. Mikidadi alijitahidi kunitumia picha ambazo mara nyingi zilikuwa zinapigwa na jamaa zake kwani hakuwa na kamera yake binafsi.

Vilevile tulibadilishana zawadi mbalimbali. kubwa zaidi, nafurahia kuwa hadi sasa ninaenzi zawadi ya mikeka aliyonitumia nyakati fulani. Mmoja wa mikeka hiyo una umbo la samaki na mwingine ukiwa na sura ya umbo la samaki mkizi. Kuna wakati, alinitumia kifurushi cha *pepeta* kutoka Mafia hadi Uingereza ikiwa ni ishara ya mavuno ya kwanza ya mwaka ambayo huenziwa kwa tunu kubwa huko Mafia. Na yeye kwa upande wake, hakusita kuniomba nimtumie zawadi mbalimbali ikiwemo vitabu, kamusi, jozi ya suruali za jinzi, na baadaye aliniomba mashine ya kupiga chapa, laptopu, ambavyo baadhi yake nilimudu kumtumia. Katika miaka ya mwanzo niliwahi kumtumia saa za mikono wakati akiwa Mafia. Ghafla, alinisitisha kumtumia zawadi ya saa pale alipohamia Dar es Salaam. Mwanzoni sikuelewa kiundani sababu za kunisitisha kumtumia saa akiwa Dar es salaam hadi aliponifafanulia kuwa hali ya udokozi na unyang'anyi jijini Dar es Salaam ilizidi. Ni hatari kuvaa saa kwani unaweza kudhurika kimwili kwa kuwavutia vibaka, hivyo kwa kipindi hicho hakuwa anavaa saa akiwa matembezini. Wakati fulani sikumwelewa kiundani pale aliponiomba nimtumie koti ambalo kwangu mimi nililichukulia kuwa ni la kuvaa na shati ndani au suti. Haikuwa hivyo kamwe, Mikidadi alihitaji koti kubwa la kujinusuru maisha ambalo atalitumia wakati wa usafiri wa hatari wa mashua baharini baina ya Mafia na Kisiju kwa upande wa bara katika njia ya kuelekea Dar es Salaam. Si kila ombi nilimudu kumtimizia, mfano katika miaka ya 80 aliomba mashine ya boti na katika miaka ya 90 aliyoniomba jokofu la kuhifadhia samaki, ambavyo sikuweza kumpatia.

Mikidadi, Mwanaanthropolojia na Anthropolojia

Katika drafti za mwanzo za uandishi wa kitabu hiki, niliandika kwa uchache sana kuhusu upande wangu mimi binafsi. Nilishauriwa na baadhi ya wasomaji kuelezea kwa ufupi mahusiano yangu na Mikidadi hususan mtazamo wake juu yangu. Mmoja wa wasomaji alianindikia – 'Ulikuwa ukimchunguza Mikidadi lakini na yeye alikuwa akikuchunguza'. Wengine waliniuliza ni kwa kiasi gani niliathiri uoni wake haswa upande wa elimu?

Tulipokutana na Mikidadi kwa mara ya kwanza, nilikuwa na umri wa miaka 23 na nilikua sijaolewa ingawa nilikuwa katika uhusiano na aliyekuja kuwa mume wangu baadaye. Nilikuwa mwanafunzi wa uzamivu katika chuo kikuu cha London cha SOAS. Nilikwenda Mafia kufanya utafiti wa miezi 18 kama sehemu ya shahada yangu ya uzamivu katika Anthropolojia Jamii, hii ni taaluma inayojishughulisha na mifumo ya kijamii na kitamaduni ya maisha ya watu. Kwa upande wangu nilijishughulisha zaidi na mifumo ya nasaba na kumakinika zaidi katika masuala ya umiliki ardhi hususan mirathi na umiliki mali. Nilihitajika kuyachunguza masuala hayo katika mawanda mapana zaidi hivyo nilichunguza mfumo wa kiuchumi na kisiasa, kiitikadi na namna unavyoshabihiana na matukio ya kila siku ya kijamii.

Katika kipindi cha mwanzo wa utafiti wangu huko Mafia katika mwezi wa Oktoba 1965, tayari nilishafuzu shahada ya kwanza ya Taaluma za Kiafrika ambapo nilijifunza Kiswahili na kumaliza shahada ya Uzamili ya Anthropolojia Jamii.

Mwanaanthropolojia hutumia muda mwingi katika jamii wanazozitafiti haswa kwa kutumia utafiti uwandani kama njia ya uchunguzi kwa kuangalia, kusikiliza, kushiriki katika shughuli mbalimbali, kuuliza maswali katika hojaji na mazungumzo ya kawaida. Wanaathropolojia hurekodi historia za kimaisha, mifumo ya kinasaba, na kuchukua sensa. Ili apate mafanikio, mwanaathropolijia hana budi kutegemea ukaribisho wa wale anaowatafiti. Hao wanaotafitiwa nao huwa na uoni wao juu ya yule anayetafiti na kile anachokitafiti au anachokifanya au kukusudia kukifanya.

Kwa upande wangu jamii hiyo ni ya wanakijiji wa Kanga waishio upande wa kaskazini wa kisiwa cha Mafia, ambapo kwa karibu mwaka mzima kati ya 1965-6, niliwashangaza wanakijiji wa huko kwa kule kuwa baleghe lakini sikuwa nimeolewa wala kuwa na mtoto. Pili, ni jambo gani lililowavutiwa wageni kuitafiti jamii na utamaduni wao?

Mbali na kuwepo kwa maswala hayo, bado nilipokelewa kwa ukarimu mkubwa na nilijibiwa maswali yangu mbalimbali niliyoyauliza bila vikwazo. Baadhi ya watu walikuja kuwa marafiki zangu wa karibu, na nilichukuliwa kama sehemu ya familia, kama ilivyo katika familia ya Mikidadi ambapo nilibidi nizoee nasaba nilizopewa. Kadri muda ulivyopita mahusiano yalikomaa zaidi, kila mara nilivyokuwa naitembelea jamii hiyo. Nilipata fursa ya kuona jinsi jamii inavyobadilika katika ngazi ya mtu mmoja mmoja, familia, vijiji, kisiwa cha Mafia na Tanzania kwa ujumla.

Ni katika kipindi hicho hicho nami nilikuwa napitia katika
mkondo wangu wa maisha. Kwa upande wa maisha binafsi: uzazi,
ndoa, malezi ya wazee hadi vifo vyao. Kitaaluma: ndicho kipindi
nilichomaliza masomo yangu ngazi ya uzamivu, ufundishaji na
shughuli za utafiti kwa upande wa Tanzania na vilevile India,
pamoja na uchapishaji wa vitabu na makala mbalimbali. Baadhi
ya mambo haya niliyaandika katika barua nilizokuwa nikiwaan-
dikia 'ndugu' zangu wa Mafia haswa Bw. Mikidadi ambaye muda
wote alikuwa na shauku ya kujua kila kinachotokea katika maisha
yangu. Nilikuwa naipata picha ya namna anavyosafiri na mimi hadi
Kanada (ambako nilikuwa natembelea mara kwa mara, ambako ni
ukweni anakotokea mume wangu), Marekani (ambako baadhi ya
dada zangu ndiko wanakoishi) hadi India ambako mimi na mume
wangu tulifanya utafiti mara kadhaa na nchi mbalimbali za Ulaya
ambako tulikuwa tunakwenda kwa mapumziko ya hapa na pale.

Niandikapo kazi hii, kwa sasa nimestaafu ufundishaji, ingawa
naendelea na utafiti na uandishi. Nia yangu kwa sasa ni kutawanya
mawasilisho yangu kwa hadhira pana yenye kujumuisha jamii kwa
ujumla na si wanataaluma pekee. Nilishawahi kutumia njia ya uten-
genezaji wa filamu na njia ya mtandao wa tovuti ihusuyo kisiwa
cha Mafia. Vilevile nimeandika makala mbalimbali ambayo yali-
walenga wasiokuwa wanaanthropolojia. Miongoni mwa walengwa
ni wale wahusika niliowatumia katika utafiti na hii ni sehemu ya
kurudisha kile kilichotafitiwa kwa jamii husika.

Wasifu Mfupi wa Mikidadi

Je, Mikidadi aliyachukuliaje maisha yake? Kwa namna moja au
nyingine Mikidadi hakuridhika na maisha yalivyomwendea kwa
ujumla kwa kule kushindwa kutimiza ndoto na shauku yake ya
kupata elimu ya juu na kusafiri duniani. Mwaka 2002, tuliondoka
pamoja na Mikidadi kuelekea Zanzibar kuendelea na utafiti zaidi.
Adhuhuri moja yenye unyevunyevu mara baada ya kumaliza hojaji
zetu, tukiwa na Mikidadi katika hoteli pamoja na kijana mmoja
wa Kizanzibari ambaye tulifahamiana na aliyewahi kutembea
nae mpaka Uingereza na kuwahi kunitembelea chuoni kwangu,
Mikidadi alianza kuhadithia historia ya maisha, huku akisisitizia

ni kwa namna gani alivyoshindwa kufika Ulaya hali iliyoonesha kuwa alikuwa anakusudia kunifikishia ujumbe huo mimi kupitia kwa kijana huyo:

Nilianza kusoma shule mjini Zanzibar hadi kufikia mwaka wa kwanza wa Sekondari. Lakini dada yangu Rukia na mumewe walipohamia Dar nami nikalazimika kuwafuata huko Dar es Salaam na kuhamia shule ya Dar es Salaam kwa kukosa mtu wa kuishi naye huko Zanzibar. Niliambiwa nitoe kiasi cha Shilingi 380/-kupata nafasi ya kuingia Sekondari.

Nililazimika kwenda Mafia na kukusanya kuku 20 na kuwauza kila mmoja kwa shilingi 20/- na kufikisha kiasi cha shilling 200/-. Hata hivyo nilishachelewa kwa wiki mbili zaidi na hivyo hizo fedha zilikuwa zimechelewa na pia hazikutosha kupata uhamisho. Nililazimika kurudia darasa la 6 na hivyo kurudi nyuma mwaka mmoja. Nilikuwa nikishika namba moja katika darasa langu na hatimaye nikafika hadi kidato cha 4 bila ya msaada wa baba yangu ambaye alinitaka nisome kiasi tu na baadaye kuoa.

Baadaye nilienda katika Chuo cha Misitu mjini Arusha (1975-7) na kusoma kozi ya stashahada ya miaka miwili. Nilipomaliza nilipata kazi mkoa wa Morogoro na baada ya mwaka nilifanikiwa kupata uhamisho kurudi Dar es Salaam kama Afisa Misitu wa jiji. Nilifanya kazi kwa miaka 6 lakini mshahara ulikuwa hautoshelezi na hivyo niliamua kufanya kazi katika kampuni ya madawa nikiwa kama Meneja wa Misitu. Nililazimika kuchukua likizo isiyokuwa na malipo mara kwa mara ili kumhudumia mzazi wangu na mwishowe nikaamua kuacha kazi kwa namna hali ya mzazi wangu ilivyozorota.

Tangu wakati huo sijapata kazi tena. Kibaya zaidi ni kukimbiwa na marafiki zangu na watu kunipa kisogo. Mke wangu aliingiwa na hofu je, tutaishije? Tunajikongoja kwa shida na matokeo yake naishi kwa kufanya kazi za kijungujiko:

·   *Ninatumika kutumwa katika kazi za kufuatilia mafaili maofisini.*

·   *Ninawashikia wenye maduka pale wanapotaka kutoka kidogo.Nahudhuria semina na warsha ambapo unapata chakula na posho kidogo.*

·   *Najishughulisha na kilimo.*

·   *Kwa hiyo sina hata nguo za maana (Ni kweli nguo na viatu vyake vimechakaa) na ninazeeka haraka kabla ya muda wangu. Nimejifunza namna ya kuishi na watu na ninaishi kama vile Afisa wa Serikali aliyestaafu (taarifa kutoka katika kumbukumbu zangu).*

Masimulizi hayo yalinitia simanzi na haswa pale yanapomlenga kijana ambaye kwa kila hali amefanikiwa kimaisha na kukamilisha ndoto za Mikidadi yaani kupata elimu ya juu na kufanikiwa kufika Uingereza. Lakini kwa kadri tutakavyosoma katika kitabu hiki, Mikidadi na familia yake ni sehemu tu ya wanajamii wanaopambana na maisha na kukutwa na misukosuko mbalimbali katika kujitafutia njia za kujikimu na kufikia malengo yao. Ni kazi yangu kama mwandishi kushuhudia na kuthibitisha hilo kwa kubainisha zaidi kwa kuitanua biografia zaidi ya ile aliyoiandika Mikidadi au iliyosimuliwa na familia yake. Kitabu hiki kinahusu historia ya sehemu alizoishi za Mafia na Dar es salaam na mabadiliko yaliyotokea kati ya miaka ya 1965 na 2002. Haya ni masimulizi ya urafiki wenye misukosuko na vikwazo vya nyakati na mawanda ambayo nimebahatika kushiriki.

Sababu za Kuandika Wasifu Huu

Kabla ya kuendelea kusimulia habari za maisha ya Mikidadi, nataka kufafanua sababu zilizonisukuma kuandika wasifu huu na walengwa wake. Ziko sababu nyingi. Mwaka 2002 katika kipindi cha Juni hadi Agosti, tukiwa katika utafiti katika miji ya Mafia, Dar es Salaam na Zanzibar, mimi na Mikidadi tulikusudia kuandika historia ya kisiwa cha Mafia kama sehemu mojawapo ya matokeo ya utafiti wetu. Tulitumia muda mwingi kujadili mada mbalimbali ikiwemo wazo hili la kuandika kitabu pamoja. Nilipanga kutafuta ufadhili wa kumuwezesha Mikidadi atembelee Uingereza ili tupate muda kuushughulikia mradi huo. Ghafla Mikidadi alifariki katika mwezi wa Septemba mwaka huo wa 2002 miezi michache baada ya kuondoka Tanzania. Hii ni sehemu ya kutimiza kusudio letu la pamoja la kuandika kitabu.

Pili, niligundua kuwa kuandika kitabu hiki kutanipa fursa ya kuelezea mabadiliko mbalimbali niliyoyashuhudia katika kipindi hiki cha nusu karne katika nchi ya Tanzania na hususan kisiwa cha Mafia. Wasifu wa Mikidadi si sehemu ya kumbukumbu yake pekee bali ni kumbukizi ya nyakati na mabadiliko mbalimbali kuanzia ukoloni hadi uhuru, ujamaa hadi neo-liberalism, kutoka mfumo wa chama kimoja hadi vyama vingi, kutoka mfumo wa kienyeji wa uislamu hadi mfumo wa uislamu katika utandawazi.

Wakati haya ni mabadiliko makubwa, athari zake zinafika mbali na kutingisha kila kona ya nchi ikiwemo kisiwa cha Mafia na hivyo kuwaathiri watu wa kawaida kama vile akina Mikidadi. Wakati uandishi wa historia na wasifu mbalimbali zimekuwa zikiandika habari za watu mashuhuri katika nyakati za hivi karibuni mabadiliko yametokea katika mtazamo na kwa sasa historia na wasifu umegeukia watu wa kawaida au walalahoi ambao hawana sauti. Uandishi kwa kutumia mkabala huo una ugumu wake kwa vile kwa kawaida taarifa za kimaandishi za watu hawa si nyingi ukilinganisha na zile za watu mashuhuri. Lakini iwapo utafiti wa kina utafanyika uandishi huo unaweza kufanikiwa. Wanaanthropolojia nao pia wametumia mbinu za masimulizi binafsi ya historia ya maisha ya watafitiwa kutoa picha ya jamii zao husika. Mifano ya kazi hizo kwa upande wa Afrika ni kama vile maandishi ya Shostak yahusuyo masimuli ya mwanamke wa KiKung! wa Afrika ya Kusini, aitwaye Nisa. Kitabu kingine ni cha Mirza na Strobel kihusucho wanawake watatu wa Mombasa. Na mfano wa tatu ni historia-jamii ya familia ya Kiafrika nchini Zimbabwe iliyoandikwa na Werbner. Wanataaluma wa Kitanzania kama vile Erdstieck, Ngaiza na Koda nao walitumia mbinu hii. Niligundua kuwa kwa kuishi kwangu kwa muda mrefu na Mikidadi, familia yake, kijiji chake na kisiwa cha Mafia kwa ujumla inanipa fursa nzuri kuandika kitabu kinachofuata mlengo kama huo.

Taadhima hii inaendana na wajibu wa kuzingatia maadili. Taarifa nyingi nilizonazo sikuzipata kama sehemu ya utafiti bali zimetokana na kuaminiana kiurafiki na si rahisi kuwa nimepata ruhusa ya kila nilichokiandika kama inavyowajibika katika utafiti wa sayansi ya kijamii kama huu. Si mimi wala Mikidadi aliyekusudia kuwa barua zetu na mawasiliano yetu kwa ujumla tutakuja kuyaweka kimaandishi siku moja. Ninachoweza kusema kuwa sikuweza kumuomba Mikidadi mwenyewe kufanya hivyo kwani kwa sasa hatunaye hapa duniani. Kwa sababu hiyo nilipoamua kufanya mradi huu niliamua kurudi Tanzania kipindi cha kati mnamo mwaka 2010 kuongea na mabinti, dada yake na ndugu wengine wa Mikidadi, rafiki, majirani na wenzie kuomba ruhusa, maoni juu ya mradi wa kitabu hiki na vivevile kutaka kukusanya kumbukumbu zao juu ya Mikidadi. Wengi waliafiki wazo hilo na kuuliza mengi juu ya kitabu hicho na kunipa baraka zao kuukamilisha mradi huu.

Lakini sababu nyingine za kuandika kitabu hiki ni kujibu hoja za baadhi ya kazi za kihistoria zihusuzo Tanzania mara baada ya ukoloni. Kuna baadhi ya hoja zimeandika juu ya kuwepo kwa athari na madhila ya siasa ya Ujamaa katika kipindi cha utawala wa Nyerere hadi miaka ya 1980. Mafanikio kama yale ya elimu ya watu wazima na huduma za afya yamesahaulika. Matukio yale tu yaliyojitokeza baada ya kipindi cha ujamaa, na kipindi cha soko huria ndio yanayotajwa kwa wingi. Hoja za kitabu hiki ni kuwa sera hizo ni aghalabu kuwafaidisha watu wa kawaida walio wengi nchini Tanzania. Kwa kipindi cha miongo kadhaa niliyotafiti huko kisiwani Mafia, nimeshuhudia namna maisha yanavyozidi kuwa magumu kila kukicha. Kinachoshangaza ni kuwa si tu kwamba watu wanatafuta njia za kujikwamua, lakini watu wengine kama vile Mikidadi pia wanadadisi vyanzo vyao na sababu zinazopelekea hali ya watu kuwa hivyo ilivyo na kujaribu kukabiliana nayo.

Walengwa wa Kitabu Hiki

Je ni nani ambao nimewalenga kukisoma kitabu hiki? Kwanza kabisa, ninatarajia walengwa wawe ni watu wa Tanzania na sehemu mbalimbali za Afrika. Zaidi napendelea watu wa kisiwa cha Mafia wa rika la vijana ambao kwao dunia wanayoishi ni tofauti na ile aliyokulia Mikidadi. Yapo mambo kadhaa yanayoshabihiana katika namna wanavyopambana na maisha na njia ambayo Mikidadi ameipitia. Yapo majibu ambayo bado yana umuhimu kwa maisha yao, mfano masuala ya heshima kwa wazee, uaminifu, majukumu, na kuweka mbele maisha ya wengine kabla ya kwake binafsi. Hii ni amali isiyo na mwisho.

Pili, kazi hii imewakusudia wasomaji ambao hawajui lolote kuhusu Kisiwa cha Mafia, au wale ambao hufikiria masuala ya vita na njaa linapokuja suala la Afrika. Nia ni kuonesha maisha ya mtu wa kawaida katika jicho chanya. Nimatumaini yangu masimulizi haya ya mtu wa kawaida na familia yake yatatoa mwanga wa jinsi gani anavyopambana na maisha. Mazingira yanayomzunguka, utafutaji riziki, na namna wanavyojaribu kuipambanua dunia yao. Kwa hali hii italifanya bara la Afrika lisiwe ni kapu la habari za vita, mapinduzi, magonjwa na njaa tu kama ambavyo ilivyozoeleka kuripotiwa katika vyombo vya magharibi. Afrika haina budi kutazamwa kama sehemu ambayo mtu kama Mikidadi na familia yake wanaishi na kuendesha maisha yao.

Sura ya 1

Kutafuta Elimu Miaka ya 1960

Mikidadi akiwa mtoto na binamu yake, Kombo Jabir, Zanzibar 1967

Usuli wa Tanzania

1961. Uhuru kutoka kwa Waingereza chini ya Mwalimu Julius Nyerere na chama cha TANU.

1963. Uhuru wa Zanzibar

1964. Mapinduzi ya Zanzibar (Januari)

1964. Tanganyika na Zanzibar kuungana na kuwa Tanzania

1967. Azimio la Arusha mfumo wa maendeleo ya Kijamaa

1967. Kuundwa kwa Jumuia ya Afrika Mashariki kwa nchi za Tanzania, Uganda na Kenya

Usuli wa Mikidadi

1962-6: Shule ya msingi Kanga darasa la 1-4

1966: Shuleni Zanzibar

1967. Kifo cha babu yake Kombo Makungu katika kijiji cha Kanga

1969. Ahamia Dar es Salaam na utafutaji wa uhamisho wa shule

1969-71. Miaka miwili bila ya shule (sehemu akiwa Mafia)

Utangulizi

Katika sura hii tutaangalia utangulizi mfupi wa kipindi cha baada ya uhuru wa Tanganyika ambayo ilikuja kuungana na Zanzibar na kuifanya Tanzania katika mwezi wa Aprili 1964. Sura hii pia itatoa maelezo ya Kisiwa cha Mafia. Kisiwa ambacho Mikidadi alizaliwa, katika familia ya wakulima katika karne iliyopita. Sehemu kubwa ya sura hii inahusu jitihada za Mikidadi za kutafuta elimu na namna alivyokumbana na vikwazo mbalimbali vya kutafuta elimu katika kipindi kigumu ambacho elimu ilikuwa ni kwa wachache (sio ya umma) na miundombinu ilikuwa haba haswa katika sehemu za vijijini kama ilivyokuwa Mafia katika nchi ya Tanzania.

Tanzania katika Miaka ya 1960

Wakazi wa pwani ya Afrika ya Mashariki wamekuwa na maingiliano baina yake na jamii mbalimbali za ukanda wa bahari ya Hindi pamoja na watu waishio katika mabara ya mbali kwa maelfu ya miaka. Taratibu utamaduni na ada inayojulikana kama 'Uswahili' ilijijenga haswa kwa kuenea kwa dini ya Kiislamu katika karne ya nane. Kipindi cha ustaarabu wa uswahili kilijipambanua kwa kuzuka na kufa kwa miji mbalimbali katika upwa na visiwa vya Afrika ya Mashariki kama vile vya Lamu, Pate, Gedi na Mombasa (kwa upande wa Kenya ya sasa), na Kilwa, Kunduchi, Pangani na Zanzibar (kwa upande wa Tanzania ya sasa).

Katika karne ya 16, Wareno walijaribu kuutawala ukanda wa pwani ya mashariki na visiwa vyake bila ya mafanikio na hivyo kushindwa kutimiza azma hiyo na kushindwa kabisa katika karne ya 18 haswa kwa msaada wa Waomani kutokea ghuba ambapo baadaye walitamalaki pwani yote. Waomani walikuja pwani hizo kama wachuuzi wakitumia pepo za munsuni na wengine walichanganyika na wenyeji kwa kufunga ndoa na kuhamia katika miji hiyo ya pwani. Waliyatumia makazi yao katika pwani kama daraja ya kuingilia sehemu za bara kwa ajili ya biashara ya pembe za ndovu, watumwa na bidhaa nyinginezo.

Katika kipindi cha nusu ya karne ya 18 ukoo wa Al-Busaidi wa Omani ulijishughulisha zaidi kuliko watangulizi wake wa ukoo wa Yarubi. Ilipofika miaka ya 1830, Sultani Seyyid Said bin Sultan wa

Oman alihamishia utawala wake huko Zanzibar, ambako alifan-
ikiwa kutawala ukanda wote wa pwani. Aliwashawishi watu wa
Omani kuhamia Zanzibar na kuanzisha mashamba makubwa ya
karafuu na minazi. Uzalishaji wa mazao ulirahisishwa na kuwepo
kwa wafanyakazi watumwa waliotolewa sehemu za bara. Katika
kipindi cha Wazungu wa Ulaya kugombea Afrika, katika nusu ya
karne ya 19, Tanganyika iliwekwa chini ya ukoloni wa Kijerumani,
na sehemu ya Afrika Mashariki kufanywa sehemu ya Ujerumani
katika miaka ya 1880. Utawala wa Tanganyika uliwekwa chini ya
Waingereza mara baada ya vita kuu ya kwanza na baadaye iliwekwa
chini ya usimamizi wa Umoja wa Mataifa. Kama ilivyokuwa kwa
makoloni mengine mbalimbali, Tanganyika ilikumbwa na vugu-
vugu la kupigania uhuru wake katika miaka ya 1950. Kwa upande
wa Tanganyika harakati hizo zilikuwa za amani na hatimaye ikaji-
patia uhuru mnamo mwaka 1961 chini ya kiongozi wake Mwalimu
Julius Kambarage Nyerere chini ya chama cha TANU. Nchi ilikuwa
iko katika lindi la umasikini kwa miaka kadhaa ya utawala wa
kikoloni; huduma muhimu za jamii kama vile barabara , shule na
huduma za afya zilikuwa duni mno.

Wakati wa kipindi cha Uhuru wa Tanganyika, visiwa vya
Zanzibar; Unguja na Pemba vilikuwa vimejitenga na Tangan-
yika. Vilikuwa bado chini ya utawala wa Sultani na uchaguzi wa
mwisho wa vyama vingi ulikipa ushindi chama cha Zanzibar
National Party (ZNP), ambacho ingawa kilikuwa kina mchang-
anyiko wa watu lakini kilikuwa kinatawaliwa zaidi na tabaka la
Waarabu makabaila. Chama kingine kilikuwa cha Afro-Shirazi
Party (ASP), kilichojumuisha African Union na Shirazi Party, kili-
choungwa mkono na Wahadimu, makundi ya watumwa walio-
huru na wahamiaji kutoka bara. Chaguzi mbalimbali zilifanyika
kati ya miaka ya 1957 na 1963 ambapo matokeo yalikaribiana sana
lakini katika misingi ya kikabila huku vurugu zikitawala haswa
mwaka 1961. Chama cha ZNP kilishinda uchaguzi wa mwaka 1963
hivyo kukabidhiwa uhuru na utawala wa kikoloni wa Kiingereza
mwishoni mwa mwaka huo. Hata hivyo baada tu ya uhuru huo
mapinduzi yalifanyika Januari 1964, ambapo Sultani na chama
cha ZNP kilipinduliwa na Waarabu wengi waliuawa, kufungwa

na kufukuzwa au kukimbilia Chama cha Afro-Shirazi Party (ASP), ambacho kilikuwa cha mlengo wa kisoshalisti kilishika hatamu ya uongozi. Muda mfupi tu baadaye Tangayika na Unguja ziliungana na kuwa Jamhuri ya Muungano wa Tanzania.

Tanzania ilipokea misaada kutoka nchi marafiki kama vile Cuba (ilituma madaktari), Ujerumani Mashariki (ilijenga maghorofa ya huko Zanzibar), na China (walijenga kiwanda cha Urafiki (Friendship) Mills jijini Dar es Salaam na reli ya TAZARA), na kufuata mtindo wa maendeleo wa Kichina, haswa katika sekta ya afya (madaktari wa miguu), na vyama vya ushirika. Chini ya uongozi wa Julius Nyerere, Tanzania ikiwa ni sehemu ya Azimio la Arusha la mwaka 1967, ambalo lilishinikiza utaifishaji wa njia kuu za uchumi. Kwa upande wa Zanzibar, nchi za kisoshalisti kama vile Cuba na Ujerumani Mashariki serikali ya mapinduzi ilipiga hatua katika utoaji wa huduma za kijamii kama vile afya zaidi ya upande wa Tanganyika.

Kisiwa cha Mafia na Kijiji cha Kanga katika Miaka ya 1960

Kisiwa cha Mafia ambacho Mikidadi alizaliwa kipo kwenye mdomo wa Mto Rufiji kusini mashariki mwa Tanzania (angalia ramani). Kina ukubwa sawa na kisiwa nusu ya Kisiwa cha Unguja, lakini kwa kipindi hicho hakikuwa na maendeleo makubwa. Nusu ya kisiwa cha Mafia kina mashamba ya minazi na mikorosho ambayo mengi ya mashamba hayo yanamilikiwa na Wazungu, Wahindi na baadhi ya Waafrika. Katika miaka ya 1950 kulikuwa na jitihada za utafutaji wa mafuta uliokuwa ukifanywa na kampuni ya Shell lakini hawakukaa sana waliondoka na kuacha kipande cha lami kama ukumbusho wa kuwepo kwao.

Kijiji cha Kanga kipo kaskazini mwa kisiwa cha Mafia. Ni miongoni mwa vijiji 6 vijulikanavyo kama Bweni, Banja, Mrali, Futa, Jimbo na Kanga. Vijiji vyote hivi ni mkusanyiko wa makazi yaliokuwa yamebanana; si sawa na makazi yaliyopo kusini ambayo yalikuwa yamepishana kwa nafasi kubwa. Nje kidogo kutokea katikati ya kijiji cha Kanga kuna barabara kuu ambayo aghalabu inapitwa na magari machache tu, barabara hii inatokea Kilindoni upande wa kusini na kwa upande wa kaskazini kinapakana na kijiji cha Bweni.

Katika kipindi hicho hakukuwa na usafiri maalumu na mara nyingi watu waliotaka kusafiri kwenda mjini iliwalazimu kutembea kwa miguu kwa karibu masaa mawili hadi Kirongwe. Wafikapo Kirongwe wengi hujaribu kudandia usafiri wa malori ya mbata yaendayo katika maghala ya vyama vya ushirika mjini Kilindoni. Wanakijiji wachache humiliki hata baiskeli ingawa kuna punda kadhaa ambao hutumika kubeba mizigo Kirongwe au pande za pwani kwa ajili ya usafirishaji katika majahazi na maboti.

Upande wa kaskazini mwa kisiwa cha Mafia kuna idadi chache ya minazi ukilinganisha na kusini lakini ni mashuhuri kwa kilimo cha kuhamahama cha mpunga, mtama, viazi vitamu, mihogo na mazao mengine. Watu katika maeneo haya hutegemea mazao yato-kanayo na kilimo chao pamoja na uvuvi. Kwa miaka ya 1960 wavuvi walitegemea sana uuzaji wa samaki na ng'onda katika maeneo yao badala ya kupeleka Dar es Salaam. Watu waliuza nazi kwa fedha taslimu ili kukidhi mahitaji yao ya kila siku. Mbata ndio iliyokuwa bidhaa muhimu ilikuwa ikiuzwa katika vyama vya ushirika katika kijiji cha Kirongwe ambapo zilikuwa zinauzwa katika bei zilizok-wishapangwa. Watu walijikimu kwa kujishughulisha na uuzaji wa mazao ya biashara na kulima mazao yao wenyewe. Baadhi yao walifuga ng'ombe ambao mara nyingi huliwa katika sherehe na ambao hutoa maziwa machache. Kinywaji kinachopendelewa ni chai ya rangi yenye sukari nyingi. Ingawaje maisha yalikuwa magumu lakini wengi walimudu kujipatia milo.

Katikati ya kijiji cha Kanga kulikuwepo ofisi ya TANU (the Tanganyika African National Union), ambacho kilikuwa chama kilichoongoza nchi tangu uhuru mpaka mwaka 1977 kilipoun-gana na chama cha ASP cha Zanzibar na kuunda Chama Cha Mapinduzi (CCM), maduka machache, kliniki na msikiti. Shule ya msingi ilikuwepo upande wa kaskazini kati ya kijiji cha Kanga na Bweni, na msikiti wa Ijumaa ulikuwepo kusini madaweni ya Kanga. Madrasa nne za Kurani zimetawanyika sehemu mbalimbali za kijiji.

Ingawaje vijiji vya kaskazini vipo karibukaribu ukilinganisha na vijiji vya kusini, lakini kata na nyumba zake zimetawanyika na zina watu wachache. Kwa upande wa magharibi mwa vijiji hivyo kuna mikoko, bahari, vichaka na mashamba ambayo yanarithiwa kiukoo. Katikati ya vijiji kuna mabonde (madawe) yatumikayo kwa mpunga kwa mwaka mzima. Umiliki wa mabonde hayo unaambatana na umiliki wa minazi katika maeneo hayo.

Kijiji cha Kanga kimegawanyika katika kaya mbalimbali na karibu kila moja ya kaya hizo zina majina na hata kumiliki makaburi na misikiti yake. Tofauti na jamii mbalimbali zilizopo Tanzania ambazo hurithishwa aidha kwa kufuata mfumo wa upande wa baba au mama, watu wa Mafia huweza kurithi kaya na minazi kutoka pande zozote zile. Urithi wa minazi humpa fursa arithiye kuweza kujenga nyumba ndani ya shamba. Kiutawala, kijiji cha Kanga kimegawanyika katika kaya zenye kitongoji kimoja au viwili. (Angalia ramani). Familia ya Mikidadi inaishi katika kaya ya Kiunga Pemba.

Wakati wa utafiti wangu katika miaka ya 1960, idadi ya wakazi wa kijiji cha Kanga ilikuwa kiasi cha watu elfu moja. Wengi wao (93%) walijiita Wambwera au Wapokomo. Wambwera ndio wenyeji wa asili wa eneo hilo. Wapokomo wanadai kuwa asili yao ni pwani ya kaskazini mwa Kenya. Kwa ujumla watu walikuwa na maingiliano makubwa ya kwa njia ya ndoa. Kulikuwa na kundi dogo la Wagunya (nao ni wahamiaji pia kutokea Kenya), Wazaramo (kutokea Tanzania bara) na watumwa waliohuru.

Katika miaka ya 1960 kulikuwa na watoto wachache waliokwenda shule katika kijiji cha Kanga haswa kwa upande wa wasichana. Jitihada za serikali huru ya Tanzania chini ya Mwalimu Nyerere kuhimiza upelekeji wa watoto mashuleni hususan wasichana hazikuitikiwa katika sehemu zote ikiwemo kijiji cha Kanga. Upinzani huko Mafia ulitokana na sababu za hofu ya kuwa watoto watashindwa kuwasaidia wazazi wao katika shughuli mbambali kama vile, kusaidia ulezi wa wadogo zao, kuchota maji, kukusanya kuni, kutwanga nafaka n.k Vivevile shule ina gharama kubwa mbali ya kuwa hakukuwa na ada lakini wazazi waliwajibika kununua madaftari ya mazoezi, sare za shule, kalamu na vifaa vingine ambavyo vyote vilihitaji fedha. Sababu nyingine kubwa ni hofu ya wazazi kwa watoto wao wa kike kuchanganyika kiholela na wavulana huko mashuleni hali yakuwa wamekwisha 'vunja ungo' hivyo wako tayari kuposwa na kuolewa badala ya kuendelea na shule. Elimu ya madrasa ilikuwa inaonekana imewatosheleza na wako tayari kuanza maisha ya familia.

Shule ya msingi iliyokuwa inawahudumia watoto wa Kanga na Bweni iliishia darasa la nne tu, hivyo ili waweze kuendelea na masomo iliwalazimu kwenda hadi Kirongwe au hata Kilindoni. Hii ilimaanisha waliwajibika kuhama majumbani mwao, jambo lililowawia vigumu wazazi wao kuafiki kirahisi.

Ili kufika Kirongwe, iliwajibika kutembea kwa mwendo wa miguu wa karibu masaa mawili. Kufika Kilindoni ilibidi kutumia usafiri wa magari ambayo kwa miaka hiyo yalikuwa machache mno. Wanafunzi wachache walifaulu shule wakiwemo wasichana wawili, walipewa nafasi za shule za mabweni sehemu za bara. Hii ndio njia ambayo iliwafanya wanafunzi wengine wa Kanga kubahatika kumaliza darasa la saba na wengi wao kujiendeleza katika vyuo vya ufundi. Si wazazi wote waliokubaliana na suala la watoto wao haswa wa kike kuhama majumbani mwao kwa ajili ya kusoma nje ya Kanga, wengi walipinga hatua hiyo hata wakati watoto wao walipobahatika kufaulu na kuchaguliwa kwa masomo zaidi nje ya Kanga na Mafia kwa ujumla.

Huduma za afya nazo zilikuwa duni sawa na sekta ya elimu. Serikali iliweka malengo ya kuwa na zahanati *(dispensary)* kwa kila kijiji, ikiwa na mhudumu lengo hili lilifikiwa mara chache sana. Kanga ilibahatika kuwa na kliniki na mtoa huduma, lakini kulikuwa na upungufu mkubwa wa madawa. Ili kupata huduma za hospitali, iliwalazimu wananchi wa Kanga kusafiri hadi Kilindoni kwenye hospitali ya wilaya. Kikwazo kikubwa kilikuwa usafiri hivyo wananchi wengi waishio vijiji vya kaskazini walishindwa kupata huduma hiyo.

Hali ya afya ya wananchi ilikuwa tete: hali hiyo ilisababishwa na ukosefu wa maji safi na salama. Kulikuwa na visima vichache na hivyo kinamama walilazimika kutembea mwendo mrefu kutafuta maji kwa matumizi ya nyumbani. Mbali na jitihada za serikali kuhimiza uchemshaji wa maji, wananchi wachache waliitikia wito huo kwa kule kushindwa kupata kuni za kuchemshia maji kirahisi. Zaidi ya hayo, nyumba chache zilikuwa na vyoo vya shimo, wengi walikuwa wakijisaidia vichakani na kutishia milipuko ya magonjwa kama kipindupindu na kuhara damu. Tabia ya kutembea pekupeku ilitishia wananchi wengi kupatwa tegu.

Kutokana na ukosefu wa huduma za afya na kuwepo kwa magonjwa kama malaria, kuharisha, schistosomiasis, matatizo yanayoambatana na ujauzito na magonjwa ya watoto pamoja na vifo vya akinamama na watoto wachanga haikuwa jambo la ajabu kwa watu kuwaendea waganga wa kienyeji kwa tiba mbadala. Waganga mbalimbali wa kienyeji walikuwepo Kanga na walitumia njia mbalimbali za utabibu zikiwemo kupunga pepo, mitishamba, na tiba za kitabu (kisunna) zilizotolewa na walimu wa vitabu.

Kijiji kiliongozwa na kamati ya serikali ya kijiji chini ya Mwenyekiti, Katibu, na Mweka Hazina ambao wote walikuwa ni wanaume. Kulikuwa na Afisa mMtendaji wa kijiji alipwaye na serikali kuu aliyeletwa kijijini hapo. Sambamba na mfumo wa uongozi wa kiserikali, kuna uongozi wa chama cha mabalozi wa nyumba kumi-kumi ambao husaidia kufikisha maamuzi ya juu na yale ya chini katika ngazi husika za kiserikali. Upatikanaji wa habari na mawasiliano ulirahisishwa kwa njia ya matangazo ya redioni yaliyowafikia papo hapo kijijini katika sehemu za mikusanyiko ikiwemo mabaraza ya maduka.

Kijiji cha Kanga kilikosa huduma ya umeme. Wananchi walitegemea taa za kandili, na vikoroboi nyakati za usiku. Taa yangu ya karabai ilikuwa ni kivutio kikubwa nyakati za jioni. Siku za mbalamwezi watoto walichelewa nje wakichezacheza na kufurahi hadi pwani. Wanaume wakiwa nje wakizogoa na akina mama wakiandaa vyakula vya jioni uani. Wanaume baadhi yao wakicheza karata au wakighani mashairi na tenzi.

Mara kadhaa kunakuwepo na ada kama zile za jando, unyago, harusi na hata taratibu za mazishi na matanga. Shughuli za kijumuia kama vile maulidi, mwaka kogwa na kuzingua mji, au shughuli za ngoma za pungwa kama vile kitanga na mwingo kwa

majini ya bara au mkobero kwa majini ya bahari zilikuwa zikifan-
yika mara kwa mara. Shughuli hizi zilipojitokeza wengi walishiriki
na ziliwavutia wengi kwani hutokea mara chache. Shughuli hizo
zilikuwa ni sehemu kubwa ya maendelezo ya urithi wa mila na
desturi za Wanakanga kwa miaka kadhaa.

Mikidadi na Familia Yake

Mikidadi alizaliwa katika kijiji cha Kanga, katika mwaka upatao
1953, ingawa hakuwa na uthibitisho wa cheti cha kuzaliwa. Kwa
upande wa kiumeni, ukoo wake umetokea Kanga. Baba yake
Maalim Juma Kombo alizaliwa Kanga katika kipindi cha vita
kuu ya kwanza (1914-18). Wakati nilipokutana naye kwa mara
ya kwanza alikuwa katika umri upatao miaka hamsini. Alimiliki
minazi ipatayo 200 ambayo baadhi alirithi na mingine aliipanda
mwenyewe. Alikuwa mkulima pamoja na mkewe Bi. Fatuma
Bakari. Alijishughulisha na shughuli za uvuvi kwa kutumia ngalawa
wake na mara kadhaa alikwenda kuvua na jirani yake aitwaye Bw.
Salum Nassor. Alishiriki pia katika biashara ya kupeleka ukindu
na minyaa hadi Zanzibar. Baba yake mzazi, Kombo Makungu,
alikuwa bado yu hai kipindi hicho. Na ndiye aliyeanzisha madrasa
ya kwanza na Juma Kombo akiwa mwalimu kipindi chote cha utu
uzima wake. Aliitwa 'Mwalimu' au 'Maalim' na alikuwa akiwa-
hudumia watu katika shughuli za tiba za kitabu, kutengenzea
azima (hirizi), fingo, na makombe.

Maalim Juma Kombo alikuwa miongoni mwa washiriki wakuu
wa shughuli ya kuzingua mji na mara kadhaa nimenukuu katika
shajara yangu maelekezo ya taratibu zake kutoka kwake. Alikuwa
mtu mweledi na mwenye kuheshimika sana hapo kijijini. Mwaka
1976 nilipotembelea Mafia na timu ya BBC tulikuta nyumba ambazo
zilizotengwa kwa ajili yetu zikiwa bado hazikuandaliwa ipasavyo.
Mwalimu Juma kwa binafsi yake alichukua ufyagio na kutusaidia
kufagia. Nilimsihi asifanye hivyo lakini alisisitiza kufanya hivyo
mbali ya kuwa alikuwa mtu mkubwa hapo kijijini na mwenye hadhi
ya juu. Hii ilikuwa ni ishara kuwa alikuwa mnyenyekevu na asiye
na majivuno mbali ya kuwa alikuwa ni mtoto wa 'sheikh' tofauti na
wengine waliokuwa katika hadhi kama yake.

Katika miaka iliyofuata nilibahatika kumuuliza kuhusiana na shughuli zake za kufundisha madrasa: *Nimeifanya kazi hii kwa takriban miaka 55. Niliirithi kutoka kwa babu yangu. Nimewafunza wengi hapa Kanga. Mwalimu Hamis Omari ni mwanafunzi wangu hivi sasa naye ana madrasa yake huko Karibuni (kusini mwa kijiji). Hupati ujira hadi mtoto amefuzu. Siku hizi twalipwa ujira wa fedha lakini enzi hizo tulikuwa tunalipwa ng'ombe au minazi.*

Katika kipindi hicho, wanafunzi walijifunza kusoma na kughibu Kurani lakini sikuelewa tafsiri yake kwa undani. Hata hivyo wengi walimudu kutumia hati za kiarabu katika kuandika barua na ndio njia iliyokuwa ikitumika kwa mawasiliano ya maandishi. Kwa kipindi cha Mwalimu Juma, chuo hicho hakikumudu kumpa kipato cha kujitosheleza kimaisha hivyo ilikuwa ni kazi ya kujitolea. Kilikuwa ni chuo chenye watoto waliofika karibu hamsini tu.

Mama yake Mikidadi, Bi. Fatuma Bakari, alitokea kijiji cha jirani cha Jimbo. Alikuwa mke wa pili wa Mwalimu Juma baada ya kumtaliki mkewe wa kwanza. Bi. Fatuma alikuwa mwanamke mpole na mwenye kujiheshimu. Walikuwa katika mapenzi ya waziwazi na mumewe. Siku moja Bw. Juma Kombo alikuja kunitembelea kama ada yake na kunitaarifu kuwa alishikwa na homa kali. Wakati huohuo nilimtembelea mkewe mapema kidogo na kumkuta akisumbuliwa na jino. Nilistaajabu na kumuuliza 'Mungu wangu, inakuwaje nyote wawili mnaumwa?' Alicheka na kusema kuwa, 'Ona tunavyopendana!'. Mikidadi alinithibitishia hilo kwa kusema kuwa wakati wa umauti wake Maalim Juma alikuwa sana akiliita jina la mkewe.

Maalim Juma na mkewe Bi. Fatuma walifanikiwa kupata watoto 6, wanne wakiwa wanaume na wawili wanawake. Watoto watatu wa kiume walikufa utotoni. Hivyo alibaki na Rukia, ambaye ni dada yake Mikidadi na aliyekuja kuolewa katika kipindi cha safari yangu ya kwanza. Mwingine ni mtoto wao wa kike aitwaye Kuruthumu aliyekuwa mdogo kwa Mikidadi na alikuwa bado kigoli akiendelea kuishi nyumbani pamoja na Mikidadi. Rukia na muwewe Bw. Abdallah Ali walihamia Zanzibar, ambako Bw. Abdallah alijishughulisha na ufundi cherehani. Sikuwahi kukutana nao wakati wa ziara yangu ya awali hapo kijijini. Watu wengi wa Mafia walifanya safari za kwenda Zanzibar kwa ajili ya biashara wakipeleka mikeka, kuku, na bidhaa mbalimbali hali ya kuwa wakichukua kutoka Zanzibar nguo haswa khanga na vitenge. Baadhi ya vijana wa Mafia walikuwa wakishiriki katika uvunaji wa karafuu wakati msimu ukifika huko Zanzibar. Watu wengi wa Mafia wanaifahamu Zanzibar na hutumia mashua kwenda huko moja kwa moja au kwa kupitia Dar es Salaam na baadaye kupanda boti kubwa. Zanzibar ilichukuliwa na watu wa Mafia na pwani kwa ujumla kama kitovu cha ustaarabu wa Uswahili.

Nyumba ya Juma Kombo na Fatuma Bakari ilikuwa katikati ya kijiji karibu na barabara kuu iendayo Kilindoni na Bweni na pia iko karibu na zahanati ya Kijiji, Ofisi ya TANU, na msikitini (angalia ramani ya Kijiji). Madrasa ilikuwa pembeni mwa nyumba. Nyumba imezungukwa na minazi iliyo katika ardhi yao wanayoimiliki. Kutoka hapo nyumbani 'kijiji cha Kanga' hadi pwani ni umbali upatao dakika kumi na tano kwa mwendo wa miguu katika njia ipitayo mashamba ya minazi hadi kwenye vijangwa vya chumvi na mikoko.

Mikidadi Anaweka Kumbukumbu katika Shajara

Katika mwezi wa Agosti mwaka 1966 nililazimika kuondoka kijijini kwa takribani mwezi mmoja. Nilihofu kuwa mambo muhimu yananipita wakati wa safari yangu hivyo nikawaomba watu mbalimbli waniwekee kumbukmbu ya matukio hayo katika shajara.Wote niliowaomba walikuwa ni watu wazima isipokuwa Mikidadi pekee.

La kustaajabisha, kati ya wote walioweza kuniandikia kwa ufasaha na makini katika kijitabu nilichompa alikuwa kijana Mikidadi. Ukweli ni kuwa ilikuwa kumbukumbu makini na ya kiwango cha juu kupita zote. Mikidadi aliweka kumbukumbu za mwezi mzima zihusuzo magombano na migogoro, harusi, jando, mazishi, pungwa na sherehe za mwaka kogwa.

Kwa vile baadhi ya matukio hayo hivi sasa hayapo tena, napenda ninukuu matukio mawili ya mwaka kogwa na yale ya jando ambayo Mikidadi aliyaandika katika shajara yake:

Kumbukumbu ya Mikidadi ya Tukio la Mwaka Kogwa la 1966

31/7/66. IDI YA MWAKA: Vikao vya mwaka: Changwa watu 35, Rasini watu 50

CHAKULA: Mikate ya Pwani

Nyimbo walizoimba: Mwaka (Bt Ali), Ile (Bt Khalidi), Kijembe (Bt Hija), Liwale (Bt Ali)

Vitu wanavyochukua pwani: wanawake - vijiti vya mvinje au matawi; wanaume - fimbo za kupigania, huku wakisema 'mwaka hauna sharia'.

SHEREHE: Mahali pa Bw. Kingunu Sonondo (Pindi). Wachezaji (watoto wadogo na watu wazima wanawake)

1/8/66. SHEREHE. Siku ya 2: Mahali pa Bw. Kingunu. Ngoma (1) Mkwaju (2) Sondo /pindi

Sonondo watoto wadogo na watu wakubwa na vile vile mkwaju. Kiasi cha watu 410 wazee na watoto. Walioyosikiwa (1) Mzee Kingume

2/8/66: Kumalizwa Idi. Ngoma Sondo/pindi. Wachezaji watoto wadogo 90, kiasi cha watoto (wa kiume) 100.

Kumbukumbu ya Mikidadi ya Tukio la Jando

Kwa vile nilikuwa nimesafiri kwa mwezi wote wa Agosti, mbali na kukosa sherehe za Mwaka Mpya wa Kiswahili, vilevile nilikosa sherehe za jando na harusi ambazo zimetokea kwa wingi katika kipindi cha mavuno wakati vyakula ni vingi. Mikidadi alihudhuria matukio yote hayo. Yafuatayo ni masimulizi ya matukio ya jando ambapo kwa sasa taratibu hizo hazifuatwi tena na wengi hutahiri watoto wao hospitalini. Aliandika katika shajara yake na mimi niliweza kuyanukuu kama ifuatavyo katika kumbukumbu zangu:

Makungu Katata aliombwa (alipewa wito) awatahiri watoto lakini alimtumia ngariba mashuhuri aitwaye Kitumbako kwa vile ni mwalimu wake. Watoto waliotahiriwa:

- *Mtoto wa Mzee Hatibu (umri miaka 9) alitahiriwa na Waziri Hamis.*
- *Mtoto wa Seleman Abdallah (umri 8) alitahiriwa na Seleman Mussa wa Mrali lakini hakuimudu kazi vizuri ikabidi imaliziwe na Kitumbako.*

· *Mtoto wa Seleman Abdallah (umri 4) alianzwa na Makungu Katata, lakini naye hakuimudu kazi kabisa ikamaliziwa na Kitumbako.*

Walichukuliwa hadi msituni kwa muda mfupi saa 1.30 asubuhi, kisha watu wakatayarisha uji, viazi vitamu, ndizi, mihogo na mikate.

Baada ya shughuli za jando kuisha mafundi walicheza ngoma ya kihanje – waliimba na kucheza kwa mduara ambapo wanaume walikuwa wakitunzwa na akina mama. Shughuli ya jando ina muda maalumu iliyopangiwa kwa hiyo ilitakiwa ifanyike haraka na kwa muda ule tu uliopangwa baina ya fundi na baba wa watoto. Baada ya sherehe za mwanzo huko katika kata ya Kichuni, Kitumbako na timu yake walielekea kata ya Zuiyeni kwa shughuli nyingine ya jando, na kisha kurudi kwa ajili ya ngoma ya kihanje. Kitumbako hakurudi tena lakini Mzee Hambe [ngariba mwingine kutoka kijiji cha Bweni] na kundi lake waliendelea na shughuli. Puga [mume wa shangazi wa Mikidadi aitwaye Mwanasha Kombo] alihudhuria jando zote mbili ingawaje ni Makungu Katata ndiye aliyepewa jukumu la shughuli nzima (wito) na ndiyo yeye aliyekuwa akitembelea watoto kila siku (siku za kupona majeraha).

Mikidadi aliyasema haya juu ya mmoja wa Mangariba, 'mjanja, anadai pesa tu! Si fundi, anafuata tu pesa za watu'.

Aliendelea kuweka kumbumbu ya siku zilizofuatia katika sherehe za 'kuomba mtama' zilizofanyika katika jando:

19/8/66 Uombaji wa mtama

Wanaoombwa: Wanawake wenye watoto waliopatiwa jando.

Sababu ya kuombwa: Kupewa watoto watafune karibu na kutoka jandoni

Muombaji: Makungu Katata

Mwishoni wakati fundi akishathibitisha kuwa watoto wamepona, hutolewa katika jando. Mikidadi alinukuu yafuatayo katika shajara yake:

Jumamosi 20/8/66. Kulakiwa utowaji wa watoto jandoni, Ziuyeni

Sherehe: Mkwaju umeanza saa 9 usiku mpaka kucha, Sonondo imeanza saa 6 mpaka 12 asubuhi

Jumapili 21/8/66. Watoto wametolewa saa moja asubuhi

Nyimbo walizoimba: Tolowa

Bt. Hatibu Haji alipiga kelele 3 asubuhi na yeye akiijumbiwa na wanawake.

CHAKULA: Uji, Makopa Viazi na Mikate

Jumla ya watu wanaume 34 na wanawake 27

Nilifurahishwa na kumbukumbu katika shajara ya Mikidadi ambayo niliipasisha kwa namna alivyoonesha ustadi wa juu katika kuchunguza, na uoni na niliandika hivi katika shajara yangu: '28 Agosti 1966: Kutumia siku nzima kuipitia shajara ya Mikidadi ambayo ilikuwa bora'. Ilikuwa wazi kuwa Mikidadi alikuwa kijana mwenye akili ambaye pia ni mweledi wa utamaduni wake kwa kina.

Ni katika kurudi kwangu kijijini kutoka safari yangu baada ya safari zangu ya mwezi mzima katika mwezi wa Agosti 1966 ndipo Mikidadi aliponieleza juu ya azma ya kuhamia Zanzibar kuishi na dada yake Rukia na shemeji yake Abdallah ili aweze kuendelea na masomo. Ingawaje nilifurahia kuwa amepata nafasi ya kujiendeleza kimasomo, nilibaini wazi wazi kuwa kuondoka kwake litakuwa pengo lisiloweza kuzibika kwa urahisi. Nitamkosa mtu muhimu ambaye tayari tulishajenga mahusiano mazuri.

Mikidadi Aenda Zanzibar (1966) na Dar es Salaam (1969)

Wakati Mikidadi alipofika Zanzibar katika mwezi wa Septemba mwaka 1966, tayari mapinduzi yalishakuwa na miaka miwili. Ingawaje mapinduzi yalikuwa na misukosusko na yaliyowaathiri zaidi Waarabu, jamii ya watu maskini kama familia ya Mikidadi ambayo ilikuwa ikiishi Ng'ambo haikuathirika sana na misukosuko hiyo. Mikidadi aliishi katika nyumba kubwa pamoja na watu kadhaa akiwemo dada na shemeji yake, pamoja na ndugu zake wengine waliotokea Mafia. Nilipomtembelea huko miezi michache baada ya kuhamia, nilimkuta mtu mmoja ambaye alikuwa akifanya kazi ya taksi, na ndugu mwingine aitwaye Kombo Jabir, aliyekuwa rika moja na Mikidadi, walikuja pamoja kutokea Kanga hadi Zanzibar, kwa hiyo walikuwa vijana waliokuwa karibu mno. Inaelekea Mikidadi alifanya ziara kadhaa kurudi Kanga kutokea Zanzibar kwa kutumia mashua na pengine alienda wakati babu yake, Kombo Makungu, alipofariki mwaka 1967 kipindi ambacho nilikuwa nimekwishaondoka Mafia.

Mikidadi aliniandikia barua mara kwa mara akiwa Zanzibar. Iifuatayo ni barua aliyoniandikia mwezi wa Mei, 1967, miezi miwili tu baada ya kurudi Uingereza katika mwezi Machi 1967 na kipindi cha ndoa yangu. Aliandika kwa Kiswahili, lugha ambayo tuliitumia kwa mawasiliano yetu ingawaje hapa na pale aliingiza maneno ya Kiingereza. Katika barua hizi za mwanzo aliniita kwa jina langu la usichana ingawa nili-kuwa nimeshaolewa, lakini bado niliendelea kulitumia jina hilo kama desturi za magharibi zilivyo tabia ambayo yeye pengine hakuigundua:

20/5/67. Mikidadi Juma, H.S.P.S (Haile Selassie Primary School), Box 147

Kwa dada yangu mpendwa A.P. Baley

Salaam nyingi sana ama baada ya salam kwanza natumaini kujua hali yako na uzima wako na upendapo kujua hali yangu mimi mzima. Madhumuni ya barua hii ni kwanza barua zako zote nimezipata na picha pia nimezipata. Nina huzuni kukujulisha kwamba mzee Omary bin Masharubu amefariki. Na mimi nimefurahi kusikia kwamba mmenunua nyumba. Na mimi ningependa kukuuliza je utakuja tena Mafia au Unguja? Pia naomba mpe mjomba wangu salamu Baley (baba yangu) na shangazi (mama yangu) vilevile usisahau kumpa salamu shemeji Caplan

Jambo la pili namuomba Mungu aweze kutupa maisha marefu ili tuweze kuonana tena miaka ijayo. Je unaendelea kusoma masomo gani sasa? Naomba unijulishe, na pia naomba uniandikie tena vizuri anuani yako kwani sikuielewa vizuri kwa hiyo usisahau. Mimi ningalipo hapa Unguja ninaendelea na masomo yangu lakini natumaini nitaenda Mafia hivi karibuni. Na mimi nitafurahi sana ikiwa hutonisahau kwa barua. Usiwe na shaka ukadhani nimekusahau, la sikukusahau lakini kama ujuavyo niko katika masomo. Mr Abdallah anakuomba umposee mtoto mmoja wa Kizungu, pia anasema anataka kuja Ulaya lakini anasema atakupata vipi? Naye anasema anataka kuja kufanya kazi ya kushona, Je, anaweza kuipata? Nilifurahi sana kwa wema wako ulionifanyia huku Mafia lakini nakuomba usinisahau kwa barua

Usisahau kunikumbuka na wewe sitokusahau pia. Barua yako ilikuwa ya maana lakini ilikuwa ndogo. Nategemea utakuja kunichukua na mimi nikuone Ulaya.

Majibu haraka. Wanakusalimu wazee wa Mafia na wote kwa ujumla. Please I need your help. To see you day one. Yours

Miezi michache baadaye aliandika katika mwanzo wa mwaka 1968 kama ifuatavyo:

25/1/68. HABARI ZA MASOMO:-

Ama mimi mpaka sasa nipo darasa la nane (8) kwa sababu mara hii sisi tuliokuwa darasa la saba tumezuiliwa kufanya mtihani wa kuingia darasa la tisa (9) lakini tutafanya mtihani mwaka huu. Na mimi mpaka sasa ninajitahidi sana kusoma ili ikiwezekana nifaulu. Pia sisi sote huku, tunakuombea Mungu akujalie upasi mtihani wako utakaofanya. Pia Mungu akujaalie upasi mtihani wako utakachotunga kiwe kizuri tena chenye kufurahisha.

Mwaka ulifuatia aliandika juu ya mafanikio yake:

14/1/69. Ahsante sana kwa barua yako ambayo niliipata zamani kidogo. Nakuomba unisamehe sana kwani nilipoipata barua yako nilikuwa katika wasiwasi wa matokeo ya mitihani tulioifanya. Lakini mpaka sasa tumeshapata majibu yake. Nilicheleshesha majibu kwa sababu nilikuwa nataka nikupe na majibu yangu ya mtihani. Matokeo ni mimi na Bw. Kombo Faki tumepasi na sasa nakwenda darasa la 9 mimi na Kombo tuli-kuwa twende Lumumba lakini mambo yamebadilika. Nasi tumepelekwa Benbella Sec School na Bw. Faki Kombo amepelekwa Kidongo Chekundu Sec School.

Katika barua hiyohiyo aliniandikia kuwa shemeji na dada yake wame-hama Zanzibar kuelekea Dar, na katika safari yao boti yao ilipigwa dhoruba baharini:

Nakujulisha Abdallah na mkewe na Mussa Ali na Sabuni Abdallah wali-zama baharini walipokuwa wanakwenda Dar es Salaam, lakini wote walikuwa salama hapana aliekufa. Watu hao walikaa baharini kwa muda wa siku 1 na nusu waliokolewa siku ya pili jioni. Vitu vyao vyote vimepotea. Na sasa Bw. Abdallah Ali na mkewe wanaishi hapo Dar es Salaam.

Haikuwa wazi ni kipi kilichowasababishia Bw. Abdallah na Bi. Rukia kuhamia Dar es Salaam. Inawezekana kuwa hali ya maisha na sera za Serikali ya Mapinduzi zilikuwa tete na hivyo kuyafanya maisha ya utafutaji ya walio wengi kuwa magumu huko visiwani. Pengine walifikiri kuwa nafasi ya Abdallah kuendesha shughuli zake za ushonaji zitakuwa na nafuu na tija iwapo atahamia mjini

Dar es Salaam. Hata hivyo kuhama kwao kulikuwa na madhila makubwa kwa Mikidadi ambaye hakuwa na mtu wa kuishi naye huko Zanzibar hivyo alilazimika kuwafuata baada ya miezi michache. Ilidhaniwa kuwa ingekuwa rahisi kwake kupata shule akiwa Dar es Salaam lakini hali haikuwa hivyo. Ingawaje kwa wakati huo elimu ya Zanzibar ilikuwa ya kiwango cha juu kuliko Dar es Salaam lakini hakukubaliwa kirahisi na utawala wa elimu mjini Dar es Salaam na alifikiria hata kurudi Mafia na kurudia shule huko.

Aliniandikia mnamo Agosti 1969, bila ya kuonesha yuko wapi inawezekana kabisa kuwa alikuwa yuko Mafia:

Salaam nyingi sana zitokazo kwangu mimi. Ama baada ya salam napenda kujua hali yako na uzima wako. Upendapo kujua hali yangu mimi ni mzima. Nakujulisha mambo yangu ya masomo yameharibika kidogo. Maana nilipeleka barua yangu ya maombi nikaambiwa hakuna nafasi kwa hiyo mpaka sasa sijui la kufanya. Lakini nimepeleka barua nyingine idara ya Juu ya Elimu ya Taifa majibu bado sijapata. Mama nimerudi Unguja kwa sababu sikuwa na mtu wa kuishi naye. Kwa hiyo nimeshindwa na maisha ya huku.

Barua nyingine aliyoiandika baadaye bado ilionesha mikwamo:

Napenda kukutaarifu kuwa ninashauku ya kuendelea na masomo lakini sina jinsi. Nimetuma barua kwa Mkurugenzi wa Idara ya Elimu ya Tanzania kuomba nafasi ya kusoma na wameniomba niwapelekee barua ya uhamisho kama ninataka nafasi ya kuendelea na masomo. Nimewatumia barua za uhamisho lakini hadi sasa sijapata majibu. Natarajia kupata shule mwaka ujao wa 1970. Kama nikipata nafasi hiyo nitakuarifu na pia nisipoipata nitakuarifu ili tukamilishe vile tulivyopanga.

Mtu ambaye aliwajibika kumtafutia Mikidadi ada ya uhamisho ni baba mzazi wa Mikidadi Maalim Juma Kombo lakini ni wazi kuwa hakuwa tayari kufanya hivyo. Msaada ambao dada na shemeji yake Mikidadi wangemudu kuutoa ni kutoa malazi na chakula iwapo wangeendelea kukaa Dar es Salaam lakini nao hawakukaa sana Dar es Salaam waliamua kurudi Mafia.

Ingawaje nilimtumia baadhi ya misaada michache, mingi haikuweza kumfikia kwa wakati kwa hiyo inaelekea Mikdadi alikabiliwa na matatizo ya kiutendaji na kifedha katika suala lake la kutafuta elimu. Ukosefu wa nafasi, malumbano baina ya mfumo wa elimu wa bara na visiwani na fedha za uhamisho wa shule. Hatimae alipata nafasi ya shule ya msingi Dar es Salaam ila alilazimika kurudia mwaka. Kwa njia hii alishapoteza miaka 3 ya utafutaji elimu hali iliyomhuzunisha sana. Hata hivyo, alipobahatika kupata nafasi ya kuendelea, ilikuwa wazi kuwa alikuwa kijana mwenye akili na uwezo wa juu na alifanikiwa kufaulu mtihani wenye ushindani wa juu na kuchaguliwa kwenda shule Bweni ya serikali ya Pugu, shule ya zamani ya Kanisa iliyotaifishwa, iliyopo nje kidogo ya mji wa Dar es Salaam.

Mwishoni mwa mwaka 1970 aliandika barua yenye habari njema za mafanikio:

11/11/70. Mimi nimefaulu mtihani wa kuingia darasa la tisa (form one). Majibu nimeyapata leo hii na mimi nitaruka kwa ndege toka hapa Mafia mpaka Dar esSalaam. Nitasoma katika shule ya Sekondari ya Pugu huko Dar es Salaam. Shule hii ni ya Bweni.

Tutaondoka Mafia 28/12/70. Mama ingawa nimepasi sina furaha sana maana tunatakiwa kwenda shule na kiasi cha shilingi zisizopungua mia 4 na mpaka sasa bado siku kidogo tu. Kwa hiyo fanya mpango uniletee kiasi chochote cha pesa uwezacho maana nisichelewe shuleni. Tafadhali nisaidie mama. Samahani sitegemei sana kukuomba pesa kila mara lakini nitafanyaje? Kwa hiyo nategemea utanisamehe na utanisafirishia chochote upesi sana.

Nilimjibu kwa kumwambia kuwa bila shaka nitampa msaada wa fedha, na katika barua iliyofuatia alituma tena maombi ya msaada wa fedha kama ifuatavyo:

6/12/70. Safari yangu ya kwenda Pugu Sec sasa itakuwa 15/1/1971. Lakini mimi nitaondoka Mafia 8.1.71 sababu nataka nikatengeneze mambo ya (uniform) mavazi. Form na waranti wa ndege nimeshaletewa. Vitu ninavyotakiwa niende navyo ni:-

Suruali plain 2 fupi kaki, shati nyeupe za tetron 4 fupi,viatu boot nyeusi pair 2, soks pair 2. Mosquito net moja, blanket 2 na bedsheets 2 yaani shuka la kitanda. Suruali ndefu moja na shati na tai, kwa ajili ya kuvaa kwenye party na mitoko miwili. Vitu vyote ni lazima niende navyo.

Tafadhali sana huo msaada yaani hiyo zawadi niletee kwa njia hii ya Mafia maana hapa Dar es Salaam sina mwenyeji maalum, yaani mimi ni mgeni hapa kwa muda hivyo nifanyie mpango ulete kwa njia hii ya Kilindoni tena tafadhali ikiwezekana ufanye upesi maana wasi wasi unaingia tena sijui kitu gani naweza kupata na kipi naweza kukosa. Tafadhali utumie anuani ileile maana itakuwa siri bila mtu yeyote kujua tena usiwe na wasi wasi. Shule ya Pugu hapo zamani ilikuwa ya Mission. Anuani ya Pugu nitakuletea mara nitakapofika huko. Wasalimie sana shemeji na mtoto EMMA. Ndugu yako Mekki.

Sikumbuki kama nilimtumia au la vifaa alivyoviomba au pengine nilimtumia pesa ili anunue vifaa hivyo, lakini cha msingi ni kuwa baada ya jitihada za wengi na za kwake mwenyewe alifanikiwa kuvipata vifaa muhimu na kujiunga na shule ya Bweni.

Kwa maneno yake mwenyewe Mikidadi aliyafurahia maisha ya shule na alielewana vizuri na walimu wake. Alisoma Pugu Sekondari hadi kumaliza mtihani wa kidato cha nne mwaka 1974. Mtihani huu ulikuwa sawa na daraja la 'O' au GCSE ambao Uingereza hufanywa na vijana wenye umri wa miaka 16. Mikidadi alishafikisha umri wa miaka 21 alipomaliza kidato cha nne hii imetokana na kupoteza miaka 3 na pia watoto nchini Tanzania huanza darasa la 1 wakiwa na umri wa miaka 7, siyo na umri wa miaka 5, kama Uingereza. Alitaka sana kuendelea hadi kidato cha 6 sawa na ngazi 'A' lakini kwa vile watoto wachache tu huchaguliwa Mikidadi alichaguliwa kusomea Diploma ya Misitu katika chuo cha Misitu cha Olmotonyi huko Arusha kaskazini mwa Tanzania.

Hitimisho

Msisitizo katika sura hii upo katika jitihada za Mikidadi katika utafutaji wa elimu ambayo ilikuwa ngumu kuipata katika kipindi hicho nchini Tanzania haswa kwa kijijini kama Kanga na hata wilaya ya Kisiwa cha Mafia, ambayo haikuwa na Sekondari hata moja. Wazazi wa Mikidadi waliridhia na kufurahi mwana wao alipomaliza elimu ya msingi lakini hawakupendelea aendelee hata Sekondari. Ni kwa jitihada zake binafsi ndizo zilizomfikisha alipofikia.

Barua zake zimedhihirisha namna alivyokuwa akijifunza mambo mapya, hali hii pia imeakisiwa na namna alivyokuwa akijiita kwa namna mbalimbali. Mara nyingi alijiita Mikidadi Juma au Mikidadi Juma Kombo, mara kadhaa alijiita M.J Kombo. Nyakati fulani aliandika jina lake MIKKIDADI au MIKKIDDADDI, mara nyingine alifupisha jina lake: MEKK, Meki, Mecky, au Mickey. Mwishoni mwa uhai wake alipendelea kujiita 'Kichange' ambalo ni jina lake la ukoo yaani M.J. Kichange au Miki J. Kichange.

Vilevile aliniita kwa majina tofauti tofauti kama vile DEAR SISTER A.P. CAPLAN, Kwa dada yangu mpendwa A.P. Bailey, Dearest PAT CAPLAN, Dearest A.P. Caplan, Dada (wakati mwingine 'dearest dada' au 'dada yangu') Patricia. Kuna nyakati alitumia neno la Kiarabu 'Wa azizi dada yangu A.P. Caplan'.

Sura ya 2

Elimu ya Mikidadi, Mafunzo na Ajira ya Kwanza: Miaka ya 1970

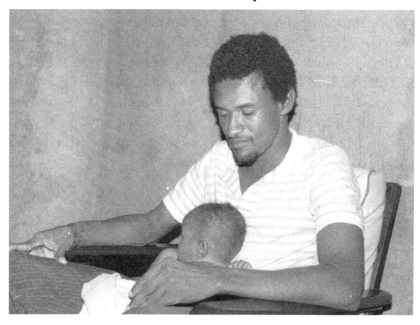

Mikidadi na binti yake mdogo Khadijya, Dar 1985

Usuli wa Tanzania

1970 Kampeni ya Elimu ya Watu wazima

1970-75. Ujenzi wa reli ya TAZARA na Wachina

1972 Karume auawa Zanzibar

1973 Kampeni ya 'Mtu ni Afya'

1973 Kupanda kwa bei ya mafuta

1974 Kampeni ya 'Kilimo ni Uhai'

1975-6 Siasa ya vijijini nchini Tanzania

1977 Kuvunjika kwa Jumuiya ya Afrika Mashariki

1977 Kuungana kwa ASP (Afro-Shirazi Party) na TANU (Tanganyika African National Union) kupata CCM (Chama cha Mapinduzi)

1979 Mapinduzi ya Iran

1979 Vita kati ya Tanzania na Uganda

Usuli wa Mikidadi na familia yake

1971: Shule ya Bweni ya Pugu Sekondari

1973. Ndoa ya mdogo wake wa kike, Kuruthumu kwa binamu yake mjini DSM

1974. Mikidadi amaliza kidato cha nne

1976. Ziara yangu ya pili nchini Tanzania

1975-7 Mikidadi kujiunga na Chuo cha Misitu Arusha

1977. Kuruthumu apata mapacha wa kiume

1977-8 Mikidadi aenda Jeshi la Kujenga Taifa (mwaka 1)

1978-9 Mikidadi aanza kazi kama Afisa Misitu Msaidizi Mtibwa, mkoa wa Morogoro

1979. Mikidadi apata uhamisho kuwa Afisa Miti wa Jiji

Utangulizi

Sura hii inazungumzia matukio yaliyotokea miaka ya 1970. Ni kipindi ambacho Mikidadi yupo shule ya Sekondari kwa miaka minne na baadaye kujiunga na chuo cha Misitu cha Olmotonyi kilichopo Arusha kwa kipindi cha miaka miwili. Baada ya masomo anajiunga na Jeshi la Kujenga Taifa kwa mwaka mmoja na kupata ajira yake ya kwanza ya Afisa Misitu mkoani Morogoro.

Kipindi cha miaka ya 1970 kilikuwa kipindi kigumu kwa Tanzania kiuchumi, moja ya sababu ilikua ni kupanda kwa bei ya mafuta mwaka 1973 na kuingia katika vita na Uganda katika mwaka 1979. Ni kipindi hicho Tanzania ilitakiwa kulipa madeni yake kwa sera ya kwa kulipia gharama ya ujenzi wa reli ya uhuru ili kusaidia Zambia kusafirisha shaba yake kupitia bandari ya Dar es Salaam nchini Tanzania. Baadhi ya watu walioamua kwenda kuishi mijini walikuta hali ni ngumu hivyo baadhi ya watu, wakiwemo dada zake Mikidadi na waume wao, walishindwa maisha na kuamua kurudi kijijini. Hata hivyo bado nchi ilikuwa katika mfumo wa ujamaa na hivyo wimbi la sera ya ujamaa vijijini lilikuwa limeshika kasi katika miaka ya kati ya 1970 ambapo wengine walihamishiwa katika vijiji vya ujamaa kwa nguvu. Hata hivyo kwa kipindi ambacho Mikidadi alikuwa anasoma ilikuwa rahisi na uhakika wa kupata nafasi za kazi mara tu mwanafunzi anapoohitimu masomo yake katika mashirika ya umma au serikalini.

Hivyo mara tu Mikidadi alipohitimu mafunzo yake Chuoni Olmo-
tonyi, alipangiwa kazi katika idara ya misitu huko Morogoro na
kisha kuhamia Dar es Salaam na kuwa Afisa Miti wa Jiji. Ni katika
kipindi hicho kulitokea mapinduzi ya Irani, na kwa njia moja au
nyingine mapinduzi hayo yalimwathiri kifikra Mikidadi.

Tanzania katika Miaka ya 1970

Katika miaka ya mwanzoni mwa 1970, Tanzania ilipiga hatua katika
jitihada zake za kutafuta maendeleo haswa katika sekta za elimu
na afya. Ni kipindi ambacho kampeni za kufuta ujinga za elimu ya
watu wazima na mpango wa elimu kwa wote wa UPE (Universal
Primary Education) zilianzishwa. Asilimia ya watu wasiojua
kusoma na kuandika ilishuka kutoka 70% hadi 35%. Ni katika
kipindi cha mwaka 1973, jitihada hizo za maendeleo ziliyumba
kutokana na hali mbaya ya uchumi iliyoikumba dunia kutokana na
kupandishwa kwa bei ya mafuta katika soko la dunia. Bei ya bidhaa
muhimu ilipanda ghafla na hivyo maisha kuwa magumu kwa watu
wa kawaida. Upelekaji na uagiziaji vitu nje ulishuka na maduka
yalikosa bidhaa muhimu na kubaki mashalfu matupu. Ni kipindi
cha kila kitu 'hakuna'. Serikali iliwahimiza wananchi wake kuzal-
isha mali zaidi haswa kilimo na ikaanzisha kampeni kama zile za
'kilimo ni uhai' na 'siasa ni kilimo' katika mwaka 1974. Ni katika
kipindi hiki cha hali ngumu ndipo dada zake Mikidadi, kama kwa
wengine walio na hali duni, waliamua kurudi kijijini Mafia.

Kuanzia mwaka 1975 serikali ilianzisha Operesheni Vijiji ili
kuwaweka watu karibukaribu na huduma muhimu za jamii.
Kampeni hii haikupokewa kirahisi na hivyo ilibidi serikali
pale ilipobidi kutumia nguvu kuwahamisha watu katika vijiji
vilivyotengwa badala ya kukaa mbalimbali.

Ilipofika mwaka 1977, vyama viwili vya siasa vya TANU na
ASP kwa upande wa Tanzania bara na visiwani viliungana na
kuunda CCM - Chama cha Mapinduzi. Aboud Jumbe, aliyekuwa
mwenyekiti wa ASP, alishika wadhifa wa Makamu wa Kwanza wa
Rais wa Jamhuri ya Muunganao wa Tannzaia na Mwalimu Julius
Nyerere akawa Rais.

Ni katika mwaka huo wa 1977 ambapo tukio la kuvunjika kwa Afrika ya Mashariki ambayo ilikuwa ni muungano wa nchi za Kenya, Tanzania na Uganda lilitokea. Hali hii ilipelekea kuzidisha matatizo ya kiuchumi kwa Tanzania. Isitoshe Tanzania iliingia katika vita na Uganda na dikteta Idi Amini Dada ambaye alii-vamia sehemu ya Tanzania hali ya kuwa uchumi wake ukiwa duni. Tanzania ilifanikiwa kumpiga na kumuondosha madara-kani Amini aliyekimbilia uhamishoni na ikabidi iendelee kubaki nchini Uganda kwa muda mfupi lakini hili liliubebesha serikali ya Tanzania mzigo mkubwa wa gharama.

Mikidadi katika Mafunzo ya Misitu na Kujiunga Jeshi la Kujenga Taifa 1975-1978

Mnamo Septemba 1975, nilipokea barua kutoka kwa Mikidadi inayonitaarifu kuwa amemaliza masomo yake ya shule, ingawa alikuwa amefaulu masomo yake yote lakini hakuwa miongoni mwa wanafunzni walioteuliwa kuendelea na kidato cha 5 na 6.

2/9/75. Chuo cha Misitu, Arusha

Mimi sasa nipo Olmotonyi Arusha katika chuo cha misitu nikichukua kozi ya miaka miwili (75-77) kama Afisa Misitu Msaidizi. Chuo kina-chukua wanafunzi kutoka Botswana, Somalia, Sudan, Uswizi pamoja na Tanzania yenyewe. Chuo kipo chini ya mlima Meru, umbali kama wa maili 3 tu, na kuna baridi sana. Watalii wanakuja kuupanda mlima huu. Huja hapa chuoni kwetu kupata vijana wa kuwasindikiza huko juu mlimani. Mimi nimejaribu kuupanda lakini sikufika juu kileleni kabisa. Nimeshindwa kwa ajili ya kushindwa kupumua sawasawa.

Ingawaje Mikidadi alishindwa kupanda mlima Meru lakini katika barua yake nyingine alinitaarifu kuwa alibahatika kupanda Mlima Kilimanjaro wakati akiwa Olmotonyi, akiwa amebeba mzigo wake mgongoni.

Katika barua yake iliyofuatia alirudia taarifa hiyo na kuongeza habari nyingine:

2/2/76. Hiki ni chuo pekee barani Afrika. Tupo jumla ya wanafunzi 200 tu. Mtihani wangu wa kumaliza kidato cha 4 nilifaulu vizuri sana. Alama zangu za ufaulu zinaniruhusu kwenda kidato cha 5 na 6 lakini sikupata bahati ya kuchaguliwa kuendelea. Isipokuwa nimechaguliwa katika kozi hii. Je unaionaje kozi hii inanifaa? Mwezi wa saba 1976 tunategemea kwenda Kanada mara moja. Kama kweli tutakwenda nitakutaarifu. Nategemea kupata barua yako haraka sana. Unaponiletea barua tumia jina la Miki J. Kichange "Miki ni kifupisho cha Mikidadi"

Mikidadi alisikitishwa na kutokupata nafasi ya kuendelea na masomo ya kidato cha 5 na 6. Aliipokea nafasi ya kusomea misitu kama kawaida yake na hakusita na kuitumia nafasi hayo na ndio ilikuja kuwa kazi yake na kukuza mapenzi yake katika kutunza mazingira. Kwa bahati mbaya safari ya Kanada haikufanikiwa na hadi mauti yake Mikidadi hakufanikiwa kukata kiu ya kutoka nje ya nchi.

Hadi kutimia Mwezi wa Septemba 1977, Mikidadi alishaanza kulitumikia Jeshi la Kujenga Taifa lenye kuambatanisha mafunzo ya kijeshi na huduma kwa jamii:

Kwa mpendwa Mama Emma na Mark

Sasa nipo hapa Mafinga JKT Camp Iringa. Nimefika hapa tangu tarehe 25/8/77 na nategemea kuwa hapa kwa muda wa miezi 6 au mwaka mzima kama sijapata (transfer) uhamisho kwenda kambi nyingine. Nategemea barua zako nyingi nitazipata hapa. Camp ipo umbali wa km 3 kutoka John's Corner au km 112 kutoka Iringa Town

Hapa Camp huwa tunashughulika na kilimo pamoja na mafunzo ya kijeshi. Hapa maisha ni magumu kidogo maana hatupati mishahara ila tunapewa posho (fedha kidogo tu) ambazo hazitoshi kwa mahitaji yetu zaidi ya kununulia sigara ama pipi (sweets).

Ingawaje hakuandika kwa kina namna maisha ya Jeshini yalivyo, lakini alinidokeza kuwa aliyafurahia na haswa kule kuwa na marafiki na kujifunza mambo mbalimbali kila siku. Muda wa kumaliza mafunzo ulipokaribia Mikidadi aliniandikia barua kwa Kiingereza yenye kuonesha matumaini yake ya kuanza maisha na majukumu yanayomkabili kama ifuatavyo:

18/4/78 I hope to get work soon in the month of July. But I do not yet know what it will be. But I will let you know afterwards. I am now preparing myself ready for facing a new life in a new world. And as you remember, the family is looking to me. This is only right, since I am the only son of my father and mother. Hence it is my duty to support them for the rest of their lives.

Problems facing me at present: Mother wants me to marry soon. From my point of view, this will take place (only) after three to five years in work. Father also would like me to do this (father is supporting mother)....

(Natarajia kupata kazi katika mwezi wa Julai. Lakini sijui nitapangiwa kazi gani. Nitakutaarifu baadaye. Najiandaa kwa maisha mapya katika ulimwengu mpya. Na kama unavyofahamu familia yote inaniangalia mimi. Hii ni sawa kwa vile mimi ni mtotoo wa kiume pekee na ninawajibika kuwasaidia wazazi hadi mwisho wa maisha yao.

Tatizo linalonikabili kwa sasa ni kuwa Mama ananitaka nioe. Kwa mawazo yangu ingenibidi angalau nifanye kazi miaka mitatu au mitano hivi. Baba naye anamuunga mkono mama kwa hilo.)

Hata hivyo katika kipindi hicho cha katikati ya miaka 1970, akiwa na umri wa miaka ya mwanzo ya ishirini, Mikidadi alishaonesha shauku ya kutaka kuwa na urafiki na wasichana. Kwani katika mwaka 1977 aliomba nimtafutie rafiki wa kike wa kalamu au rafiki wa kike na alidhihaki kama ifuatavyo:

Je, unaweza kunitafutia mchumba huko Ulaya? Sijui kama mama atakubali mimi nije huko Ulaya kuoa.

Baada ya miaka miwili aligusia tena mada hii:

8/1/79. Tafadhali nitafutie sasa mchumba huko (ulikuwa ni utani!). Daudi (kaka yake Mikidadi) ameshaoa, je amekueleza?

Nilimwandikia mdogo wangu wa kike ambaye alikuwa mwalimu wa historia huko Marekani na kumuuliza iwapo angekuwa rafiki wa kalamu wa Mikidadi, iwapo kama urafiki huo ulikuwepo basi hakudumu sana, nami sikuwa na taarifa ulivyoendelea.

Mwishoni mwa mwaka 1975, nilimwandikiwa Mikidadi kuwa ninakusudia kwenda huko Mafia na timu ya BBC ili kutengeneza filamu ihusuyo kisiwa cha Mafia. Katika barua yake ya Februari mwaka 1976, alinionya kuwa mambo yamebadilika sana na si kama vile nilivyoyaacha. Katika mambo yaliyobadilika aliyaeleza haya:

20/2/76. Dada Mpenzi A. P. Caplan, Salaam.

Siku hizi hatuna VCD (Village Development Committee - Kamati za Maendeleo za Vijiji), tuna Wajumbe wa Nyumba Kumi Kumi yaani kila nyumba kumi kuna mjumbe anayeshughulikia utawala. Baba yangu ni mjumbe wa nyumba kumi pia.

Kanga imebadilika sana. Vijiji kama Karibuni, Kichangweni ya marehemu mzee Ali Jabiri vimevunjwa. Shekhe Abdi hayupo Karibuni siku hizi. Watu wote waliokuwa wakiishi Karibuni na Kichangweni wamehamia kwa Bw. Saburi bin Abdallah kuelekea Kitotoni. Siku hizi watu wote wanaishi kijamaa katika vijiji vya ujamaa. Kwa kifupi Kanga imebadilika sana tena sana. Nadhani ukija itabidi utembezwe rasmi. Mrali – kijiji kilichokuwepo kati ya Kanga - Majongoloni na Jimbo - vyote vimehamwa. Watu wake wamehamia Kanga. Karibu watu wote wamejenga kando ya barabara kuanzia Kilindoni-Bweni. Njoo karibu na Desemba uje ujionee mabadiliko hayo.

Mikidadi alinitaka niende kipindi cha mwezi wa Desemba kwa vile huo muda huo ulienda sambamba na yeye kupata likizo kutokea chuoni, lakini hiyo haikuwezekana kwa vile nilitakiwa nifuate ratiba ya uchukuaji filamu ya BBC inayoendana na miezi ya majira ya joto ya Ulaya. Hatukuweza kukutana mwaka huo kwa vile na yeye alikuwa na mitihani ya mwaka wa kwanza kipindi hicho.

Baadaye, nilikuja kujua kuwa alipata ruhusa ya likizo mwishoni kabisa mwa safari yangu. Siku aliyofika Kanga mimi nilikuwa nimwekwishakuondoka jana yake. Sikuweza kukutana naye uso kwa uso kwa kipindi cha takribani miaka kumi baadaye. Hata hiyo kwa kipindi chote cha miaka ya 1970 tuliendelea kuwasiliana kwa barua. Hata hivyo kipindi hicho nilichokuwa Mafia nilikuwa karibu mno na ndugu wa tumbo moja wa Mikidadi hususan dada yake Rukia ambaye ndiyo tulikuwa tunaonana kwa mara ya kwanza.

Mafia katika Miaka ya 1970

Nilirudi Mafia katika mwaka 1976 ili kupiga picha za filamu na timu ya BBC kwa ajili ya filamu ya kianthropolojia iitwayo 'Face Values' ambaye ilionyeshwa mwaka uliofuatia. Mji wa Kilindoni ulikuwa umebadilika, Wahindi waliokuwa wakimiliki maduka makubwa wamekwishaondoka na Kijiji cha Kanga nacho kilikuwa kimekumbwa na harakati za ujamaa vijijini. Wale waliondolewa kwa nguvu kutoka katika maeneo yao ya asili hawakuridhika na hatua hizo. Biashara ya mbata ilikuwa imedorora kwa kule kushuka

kwa bei katika soko la dunia. Ingawaje vyama vya ushirika viliku-
wepo lakini walipendelea kuvusha nazi kwenda Dar es Salaam kwa
magendo ambapo walikuwa wanapata bei ya juu kiasi.

Kipindi cha miaka ya 1970 ni kipindi ambacho wananchi
walishindwa kutegemea mazao ya mashambani ili kujikimu.
Sababu mojawapo ni kule kuanguka kwa bei ya mazao ya biashara
ya nazi na korosho. Wengine walishindwa kuhudumia miti yao
iliyokuwa mbali na majumba yao waliyoyahamia kwa nguvu
katika vijiji vilivyotengwa. Kilimo cha kujikimu bado kilikuwepo
na ukame na mafuriko yalikuwa na matatizo yaliyowakabili mara
kwa mara.

Badala yake, uvuvi ukageuka tegemeo la wengi. Vijana walimudu
kupata mauzo mazuri ya kamba, na kwa wale waliokuwa na nyavu
na boti walifanikiwa kupata samaki wa mapezi, pweza na ngisi.
Katika safari yangu hiyo ya 1976, niliweza kuona mashua za kisasa
huko Kanga, ikiwemo moja iliyokuwa inamilikiwa na chama cha
ushirika cha kijiji.

Vikundi mbalimblai vya uvuvi vilikuwa vinamiliki mitego ya
wando. Wavuvi wa Bweni, ambao wana ardhi ndogo ya kulima,
ndio wa kwanza kujiingiza katika uvuvi na kuanza kufanikiwa
katika mavuvi yao kifedha. Walifanikiwa kumiliki mashua za
mashine ambazo pia ziliwasaidia kupeleka samaki wao hadi Dar
es Salaam. Kilichosikitisha ni kuwa kulikuwa na samaki wachache
sana waliokuwa wakitumiwa kama kitoweo majumbani.

Katika barua aliyoniandikia mwaka 1979, akiwa Afisa wa Misitu wa
Morogoro, Mikidadi alinipa taarifa za Kanga na kijiji cha jirani cha
Bweni, sasa akiandika zaidi kwa Kiingereza:

*28/3/79. Kuhusu MAFIA. Bado sijapata nafasi ya kwenda huko. But I have
been told that there is much rain. All the madawe are filled with water.
Farming is very difficult. Fishing in now given the first priority. Bweni
Ujamaa Fishing Society has bought a car (actually a lorry) as one step of
minimising transport problem to the Village and for the whole southern
part of the Island. The car is called MAPWEZA. It is [on the] road from
Bweni to Kilindoni every day. Many machine boats (boats with outboard
motors) have been built at Bweni village. Bweni has [is] now starting new*

epoch. But remember, Kanga has [was] never put behind. This [thus] some ideas are now in process. I will tell you later.

Katika safari yangu ya 1976, nilisikia kuwa watu wa Kanga hawaku-pendelea kupitwa na wenzao wa Bweni na wao walikusudia kununua lori na iliwachukua miaka kuweza kupata michango ya kununua lori hilo.wakati Mikidadi alitembelea Mafia mwaka 1979 alinitaarifu yafuatayo:

10/9/1980 MAFIA.

Mafia salama sana. Watu wamelima sana na wamevuna vizuri. Pia hakuna tatizo la usafiri siku hizi. Watu wa Kanga wamenunua gari la usafiri, wameliita NIA NJEMA.

Mabadiliko katika Kijiji cha Kanga: Bughudha za Serikali

Niliporudi Kanga katika mwezi wa Juni 1976, wanakijiji walinieleza namna mabadiliko yalivyotokea mara kwa mara. Mwanzoni siku-mudu kuona mabadiliko hayo kirahisi kwani kwani sehemu kubwa ya kijiji iko kama vile ilivyokuwa miaka kumi iliyopita. Lakini tara-tibu nilianza kuona ni kwa nini wanakijiji wanasisitiza kuwa kuna mabadiliko. Nikianzia katika sekta ya elimu ni kweli kuna hatua ya mabadiliko iliyopigwa. Karibu watoto wote waliofikisha umri wa kwenda shule kwa wakati huo walikwenda shule, hali ya kuwa nyakati za zamani ilikuwa ni fursa kwa wavulana na wasichana wachache tu. Kwa baadhi ya wazazi, kampeni ya elimu ya msingi kwa wote iliwalazimu kuwaachia watoto wao dhidi ya makazi ya nyumbani na vilevile kuwanunua watoto sare na vitabu ingawa hawakutakiwa kulipa ada. Vilevile kulikuwa na operesheni ya elimu ya watu wazima yenye kutumia vitabu maalumu. Kwa kiasi kubwa haya ni mafanikio na kufikia miaka ya 1980, Tanzania ilikuwa miongoni mwa nchi zilizokuwa na kiwango kikubwa cha waliofuta ujinga ukilinganisha na muongo uliyopita. Hata hivyo mafanikio hayo yalitiwa dosari na namna kampeni za kuhamisha watu vijijini zilivyoendeshwa. Sasa na tugeukie suala hilo kama ifuatavyo:

Katika moja ya mikutano ya kijiji iliyochukuliwa katika mkanda wa BBC, wanakijiji waliwakabili viongozi wao ili kuondokana na

kero zinazowasibu. Hii ni sehemu ya malumbano baina ya wana-
kijiji na viongozi wao:

Mwanakijiji: Mheshimiwa Katibu, viongozi wa TANU na serikali.
Nawauliza hivi: Tumeambiwa kwamba tuna mazao mawili ya
biashara ambayo ni muhimu: nazi na mikorosho. Tumeambiwa
tuyauze kwenu kupitia vyama vya ushirika nasi tuko tayari kufanya
hivyo. Sasa muda wa kuvuna korosho umefika. Je, tunaruhusiwa
kuokota korosho au la?

Afisa: Tafadhali ndugu, uliza swali lako sawasawa. Kwa sababu tayari
umekwishatueleza kuwa mmeshaanza kuokota korosho. Katika
hotuba zetu na hotuba za wasaidizi wetu tumefafanua kuwa mtu
lazima asafishe shamba lake la minazi, aangushe nazi zake, aokote
korosho zake mwenyewe. Kwa hiyo uliza swali lako sawasawa.

Mwakijiji: Tunakusanya korosho zinapoanguka. Lakini kwa
sasa tuko hapa kijijini na tunatakiwa kwenda na kurudi ilipo
mokorosho mbali na hapa.

Afisa: Iwapo ni kwa ajili ya uokotaji, unaweza kufanya hivyo mradi
tu miti hiyo iwe ni yako.

Mwanakijiji: Lakini kama ninaishi hapa katikati ya kijiji. Kama sipati
chochote kule. Je, bado ninalazimika kwenda kuchuma korosho
na kurudi tena hapa kijijini au?

Afisa anamkatiza: Unaenda tu kuokota na unaweza kushinda huko
siku nzima lakini jioni unarudi na kapu lako nyumbani asubuhi
unakwenda tena.

Mwanakijiji: Lakini kama unavyofahamu wote hatufanani. Iwapo
sipo huko kuzilinda zinaweza kukotwa na mwingine.

Afisa: Acha hivyo bwana! Sote tuna mikorosho lakini hatukeshi
kuilinda!

Mwanakijiji: Lakini kuna hayo matatizo….

Afisa msaidizi: Sasa jibu kwa maswali hayo ni kama alivyojibu
katibu iwapo utawajibika kulinda, jenga kibanda tu.

Mwanakijiji: Safi sana!

Afisa msaidizi: Angalia kisiwe kibanda kizuri, kiwe kijibanda tu
ambacho wakati wa kufanya kazi shambani unaweza kujisetiri tu.

Afisa: Sikiliza bwana sote huwa tunaokota korosho.

Mwanakijiji: Hatugombani, tumekusikia.

Afisa: Ninakueleza sote huwa tunaokota korosho.

Mwanakijiji: Nadhani kuondoa. (afisa anamkatiza kuendelea kutoa malalamiko yake)

Mwanakijiji: Tunashukuru kwa kufika na kutupa ufafanuzi… Sina shaka kuwa kile ambacho Mwenyekiti wa Wilaya alichotuelezea ni sawa na kile ambacho Mbunge wetu alitutaarifu siku ya tarehe 4 Februari. Na baada ya shukrani, tunaomba tuwe na mkutano na viongozi wa TANU na serikali kujadili hili swala la kuhamishwa na kujenga makazi mapya. Tulishaomba kuwa tuletewe mbao tutakazonunua kama wengine walivyofanya na kujenga nyumba zetu wenyewe. Lakini tangu siku hiyo hadi leo mbao hatujazipata na wala hatujaambiwa lini tutazipata. Tumekuja katika mkutano huu kusikiliza majibu hayo. Ni wazi kuwa wanavijiji wameonesha waziwazi kupinga kwao kuhamishwa kwa nguvu na kubomolewa nyumba zao. Maafisa hawakuwa tayari kulegeza msimamo wao wa kuhamishia watu vijijini na pia walitaka kuhakikisha kuwa nyumba za kisasa zinajengwa tofauti na zile za zamani:

Afisa: Jengeni nyumba moja kubwa kuendana na ukubwa wa familia yako. Acheni kujenga vibanda hapa na pale. Ile tabia ya kujenga vibanda kwa ajili ya watoto na vingine kwa ajili yako iachwe. Tumekupangieni ekari moja ili mchimbe na vyoo na mtakapozoea unaweza kuchimba kingine na ndio maana una ekari moja. Sehemu iliyobaki unaweza kulima mbogamboga. Lakini kujenga kibanda pale kingine kule huo si ujenzi wa nyumba ni ujenzi wa kambi ya mahame.

Hapa afisa analalamikia aina ya ujenzi wa nyumba uliozoeleka huko Mafia ambapo wazee na watoto wao waliobaleghe hawalalali nyumba moja. Ilikuwa ni kawaida kwa vijana kujijengea vibanda vyao karibu na nyumba za wazazi wao. Desturi hii iliwapa stara na uhuru lakini haikupendelewa na viongozi wa serikali.

Baadhi ndugu wa familia ya Mikidadi wakiwemo wazazi wake, shangazi yake na dada yake Rukia, walibahatika kutokubomolewa nyumba zao kwani tayari walishakua katikati ya kijiji. Hata hivyo wale ambao hawakuguswa na bomoabomoa walipata shutuma kutoka kwa wengine walioathirika na kampeni hiyo. Mmoja wa baba zake Mikidadi, ambaye nyumba yake iko katikati ya kijiji, alinieleza haya baada ya mkutano:

Wale wanaolalamika wana wivu tu kwa vile wameondolewa kutoka katika nyumba zao. Wanataka nasi tuvunje nyumba zetu na kuhama. Watu wa pande za kusini wana wivu kwa kuvunjiwa nyumba zao. Leo mmoja wao hakutaka hata kunisalimia.

Sera hii mpya imevuruga mfumo wa kaya na maendeleo uliotokana na mtindo wa ujenzi wa nyumba wa asili. Sera mpya imevuruga mfumo wa umiliki ardhi uliokuwepo na haki ya kulima uliokuwa unatokana na urithi wa kiukoo. Mfumo wa nyumba za makazi wa serikali unafuata utaratibu wa kata na nyumba kumi kumi ambapo pia unawamilikisha minazi na mikorosho iliyo katika maeneo waliyotengewa na serikali na siyo umiliki wa kiukoo. Mtu mmoja alieleza kuwa 'kuna watu wengine wanamiliki ardhi ambayo kwa asili si yao. Wengine walikuwa wanaomba lakini wengine wanajichukulia tu na hili limewaudhi watu sana lakini hawana la kufanya. Ni sawa kuanzisha mfumo wa makazi wa kiserikali lakini watu wanafikiri wanaweza kwenda kujenga popote pale'. Malalamiko yake yalihusu mabadiliko ya mfumo wa zamani kuja katika mfumo mpya wa umilikishaji ardhi ambao haukuzingatia haki ya asili ya kumiliki ardhi kiukoo.

Katika tukio moja, wakati wa ziara yangu ya 1976, tukio lililowashtua wengi, mmiliki mmoja wa ardhi ambayo aliizungushia uzio aliwashitaki mahakamani Kilindoni vijana waliobomoa sehemu ya uzio wake wakati wanacheza mpira. Nilipouliza sababu ya kufanya hivyo, niliambiwa kuwa alikuwa ana hofu kuwa mipaka ya shamba lake lililo karibu na minazi yake lilikuwa haliheshimiwi.

Siku moja jioni kikundi cha wanaume kilikusanyika nyumbani kwangu kwa mazungumzo na mada kuu zilikuwa kama ifuatavyo:

· *Wanakijiji wa Mrali walitakiwa wahamie Futa na Jimbo lakini walipofika huko walikataliwa.*

· *Kuna tetesi kuwa wanakijiji wa Banja wanatakiwa wahamishiwe Jojo ambako ni kamji kadogo.*

· *Yupo mtu anadai heri afe kuliko kuhama.*

· *Watu hawajengi nyumba za kudumu kwa vile hawana uhakika wa kudumu katika hayo makazi mapya.*

Ni wazi kuwa serikali kuu ilikuwa imejipenyeza hadi kwenye ngazi za vijiji kama Kanga. Watu waliripoti namna ambavyo viongozi wa serikali kuu wakiwaonya wanavijiji kuwa, 'Iwapo kama hutasafisha shamba lako tutakusweka ndani miezi'. Hii inaonesha kuwa utekelezaji wa sera ya ujamaa na uhamiaji wa vijijini ni amri ya kutoka juu kuja chini ingawa madhumuni ya sera hizo yalikuwa kujenga mustakbali mpya wa kimaisha na kimahusiano baina ya Watanzania katika ngazi zote. Mbinu na kauli zilizotumika zilitofautiana kidogo na kile nilichokishuhudia miaka kumi iliyopita ambapo nyakati fulani nilitembelea shamba la mihogo nikiwa na Katibu Kata, ambaye ni muajiriwa wa serikali kuu kutoka nje ya kijiji. Alikuwa mkali kwa watu: 'Kwa nini hujamalizia wigo wako? Au 'Kwa nini shamba lako dogo?'. Alinionesha mfano wa mkulima bora huku akisema, 'Angalia yule ni mzee wa makamo lakini hachoki. Amewazidi vijana wote hapa'. Aliendelea kunieleza kwamba 'watu hapa kijijini ni wavivu, muda wote wanakaa kwenye vibaraza vya nyumba wakipiga soga tu'.

Watu walikuwa wakilalamika juu ya kupanda kwa vitu madukani haswa bei za vyakula zilizopanda kutokana na bei ya mafuta ya OPEC katika mwaka 1973. Tanzania iliwajibika kujitafutia njia za kuongeza fedha zake za nje ili kununua bidhaa muhimu kama vile mafuta. Lakini katika ngazi za chini za vijijini hakuna aliyeonekana kuelewa ni kwa nini bei zimepanda ghafla namna hiyo. Katika moja ya mazungumzo niliyoyanukuu ni kama ifuatavyo:

Mtu wa kwanza: Kuna upungufu wa chakula kwa vile wanataka tuuze mazao yote ili wapate fedha za kigeni. Lakini sasa shida zinazidi kuendelea, mambo yalikuwa si hivi hapo zamani.

Mtu wa pili: Hatuna demokrasia siku hizi.

Mtu wa kwanza: Tunatakiwa tuishi kijamaa kufanya kazi pamoja lakini hali ni ngumu. Labda watoto wetu watakuja kuyamudu maisha hayo. Na huu ujamaa utasaidia nini wakati kuna watu wanapokea mshahara wa shilingi 6000 na wengine shilingi 340 kwa mwezi? Iwapo mshahara na bei za bidhaa zingepanda pamoja tungekuwa na afadhali kidogo. Na hizo jitihada za serikali za kudhibiti bei ya bidhaa kama nguo hazisaidii kitu, kwani wenye maduka wanaficha bidhaa wakidai hazipo hali yakuwa wanaziuza kwa mlango wa nyuma kwa bei ya juu.

Mfanyakazi mmoja wa serikali naye alizungumza nami: *Kimsingi mimi ninakubaliana na sera ya Ujamaa lakini yapo mambo fulani ambayo sikubaliani nayo. Mfano, kwa nini bei zinapanda tu? Ni sawa kwa viongozi kutueleza kuwa hatupimi maendeleo kwa vitu lakini iwapo huna vitu kabisa hayo maendeleo ni ya nini?*

Najua kuwa bei katika masoko ya dunia zimepanda. Lakini imetangazwa katika redio kuwa mwaka jana kiwanda cha Urafiki kimepata faida ya kiasi cha shilingi milioni 4. Baadaye kidogo, wakatangaza kupanda kwa bei ya khanga na vitenge. Twaambiwa kuwa serikali ni ya watu na ipo kuwahudumia sasa hii biashara ya kuhamisha watu kiholela imetoka wapi? Nani aliyeshauriwa juu ya uamuzi huo?, na hata Mkuu wa Wilaya naye amekiri alipotutembelea mwaka jana kuwa yeye anachokifanya ni kutekeleza amri za kutoka juu. Utaona watu wamejikalia tuli katika nyumba zao kesho yake wanajikuta wakitimuliwa na kulazimishwa kuhama.

Familia ya Mikidadi

Lifuatalo ni dondoo kutoka katika shajara yangu lihusulo nilivyo-iona nyumba ya Maalim Juma na mkewe Bi. Fatuma:

Julai 9, 1976. Saa 10.30 jioni. Mama yake Mikidadi ananitengenezea chai haraka na kunipa na mayai ya kuchemsha na pepeta. Naongea na mjukuu wake, mtoto wa kiume wa Rukia wa miaka miwili akichezea fimbo iliyopindishwa na kuwa kama usukani wa gari. Mjukuu huyu analelewa na Fatuma. Analalamika kuwa hana maji kwani hawezi kumwacha mjukuu wake mdogo bado anachechemea. Mgeni mwingine aliyemtembelea Bi. Fatuma anachukua ndoo pamoja na mjukuu wake mwingine aitwaye Biubwa na kwenda kumchotea maji.

Biubwa alikuwa anatwanga mpunga na msichana mwingine. Wali-pochoka na kuacha, walisaidiwa kutwanga na wavulana waliokuwa karibu. Bi. Fatuma ananipa taarifa kuwa binti yake Kuruthumu aishiye Dar es Salaam amemtembelea na mumewe ni mfanyakazi wa kiwan-dani Dar es Salaam.

Fatuma anaishi katika kibanda cha shambani ambako wanaendelea kukaa huko hata baada ya mavuno ya mpunga wakilima viazi vitamu. Sababu nyingine ya kutokurudi nyumbani mapema ni kupata fursa ya kuifanyia marekebisho nyumba yao (kubadilisha makuti, kubadilisha fito na kukandika udongo pale palipo na mianya).

Dondoo hili linaonesha namna akina bibi wanavyowalea wajukuu zao pale wanapoletewa wawalee au inapotokea wajukuu hao kufiwa na wazazi wao au wazazi kutalakiana.

Katika ziara yangu ya 1976 nilikutana kwa mara ya kwanza na dada yake Mikidadi aitwaye Rukia aliyekuwa akiishi Zanzibar wakati wa ziara yangu ya kwanza kwenye miaka ya 1960. Kama nilivyoeleza, Rukia na mumewe Bw. Abdallah walishahamia Dar es Salaam kutokea Zanzibar lakini sasa wameamua kurudi kijijini kutokana na ugumu wa maisha walioukuta jijini Dar es Salaam. Kwa sasa anajishughulisha na biashara ya duka katikati ya kijiji karibu na nyumba ya wazazi wake Mikidadi, badala ya shughuli yake ya ushonaji nguo.

Katika mwaka 1976 niliandika dondoo ilifuatayo:

Rukia ananieleza kuwa mumewe Abdallah amekwenda Dar es Salaam kununua nguo za dukani kwao, ambapo pia kuna kimgahawa mdogo wa chai pembeni yake. Kwa ninavyofahamu, wameishi Zanzibar kwa miaka mingi, halafu wakahamia Dar es Salaam kwa mwaka mmoja tu kwani Abdallah hakufanikiwa kupata kazi hivyo wakaamua kurudi kijijini na kujishughulisha na biashara ya duka.

Rukia amekwishazaa mtoto wa kike ambaye ni wa 6 aitwaye Biubwa, mvulana ambaye ni mtoto wa 5, mtoto mwingine na kichanga kinacho-tambaa, watoto wawili wa kike na wavulana wawili.

Rukia huku akisuka ukili, anaelezea masikitiko yake ya namna mtoto wake mdogo wa mwisho anavyochelewa kutembea ukilinganisha ilivyokuwa kwa watoto wake wengine waliomtangulia. Mtoto mkubwa wa kike anaitwa mara kwa mara kusaidia kumlea mdogo wake. Mtoto analia iwapo dada yake hayupo karibu yake na hii inamchosha dada yake na anaamua kususa kumlea mdogo wake. Mtoto analia kwa ukelele zaidi hadi mama yake anamuamrisha dada yake amchukue. Ninamuuliza, 'Kwa nini kaka yake asimbebe?' 'Hapana, atamwangusha. Sijui kwa nini watoto wa kiume hawawezi kuwabeba watoto vizuri kama watoto wa kike'. Tukaliingilia suala la uzazi wa majira na Rukia akaniomba kumtafutia njia za uzazi wa mpango. Nilimuuliza kuhusiana na hali yake. 'Nimepata ujauzito mara tano, mtoto mmoja alikufa mwanzoni, na baada ya hapo nilikaa karibu miaka 6 kabla ya kupata watoto hawa wanne. Nafikiri mwingine anakuja. Hatupati huduma za uzazi wa mpango hapa na hata sijui kama Kilindoni pia tunaweza kuzipata kwani huko madaktari wanaotuhudumia wanao watoto wengi sana.

Nilipomtembelea Bi. Rukia siku nyingine mumewe Bw. Abdallah naye alikuwepo:

Rukia anatwanga mpunga saa za jioni. Na mtoto wake wa kike amembeba mdogo wake mgongoni. Anamlalamikia mama yake, 'Mama, nimechoka', 'Sawa nenda ukumbini kampe baba yako'. 'Atanigombeza'. 'Hapana, mwambie mama anatwanga'. Mtoto yule akaenda kama alivyoambiwa lakini mara akarudi akiwa bado amembeba mtoto. Baadaye kidogo Abdallah akafika kuja kunisalimia, na Rukia akaitumia fursa hiyo, 'Mbebe mtoto na wewe, amechoka, kambeba muda mrefu'. Abdallah akamchukua mtoto bila manung'uniko.

Tukio hili dogo ni ishara kuwa Rukia na Abdallah walikuwa katika mahusiano mazuri kipindi hicho.

Baada ya kuondoka kwangu Mafia mwaka 1976, nilipokea barua chache sana kuliko ilivyokuwa muongo uliopita. Lakini ni Mikidadi tu aliyeendelea kunitumia barua mara kwa mara. Katika barua zake aliniuliza juu ya mipango yangu ya kurudi tena Tanzania na ni lini filamu itakuja kuoneshwa huko Mafia. Nilimwachia nakala ya kitabu changu cha mwaka 1975 (Choice and Constraint in a Swahili Community), na kwa kipindi hiki baada ya masomo yake ya miaka minne ya Sekondari na ile miwili ya chuoni Kiingereza chake kilikuwa fasaha kimaandishi na aliweza kukitamka vizuri zaidi.

Katika mwaka 1977, Mikidadi alihitimu mafunzo yake ya utaalamu wa misitu na mafunzo mwaka mmoja wa mujibu wa sheria ya katika Jeshi la Kujenga Taifa. Alifika Mafia mara chache ingawa alikuwa anapata habari za huko mara kwa mara kutoka kwa watu wanaokuja Dar es Salaam kwa ajili ya biashara. Mama yake pia alikuwa anamtembelea Bi. Kurthumu ambaye alikuwa amebahatika kupata mapacha wawili wa kiume akiwa na mumewe anayefanya kazi Dar es Salaam.

Mikidadi alizungumzia zaidi masuala ya kifamilia. Alikasirishwa sana na dada yake kutalikiana na mumewe Bw. Abadallah baada ya ndoa yao ya muda mrefu:

24/8/77. Dada Rukia ameachwa na mumewe (has been divorced) na Bw. Abdallah Ali ameshaoa mwanamke mwingine. Amemuoa mtoto wa mzee Salum Nassoro. Dada Rukia nae karibu ataolewa.

Baadaye akaniandikia barua nyingine akinitaarifu kuwa Rukia nae alishaolewa tena.

18/4/78. Dada Rukia ameolewa Bweni na kijana mmoja anaitwa Faki Mussa. The children have been divided – 2 have been taken by their grand father and the rest 2 have been taken by their father.(Watoto wamega-wanywa wawili wamechukuliwa na babu yao na wawili wamechukuliwa na baba yao).

Abdallah alitumia haki yake ya kuoa mke zaidi ya mmoja, ingawa walikuwa katika ndoa kwa muda mrefu na walifanikiwa kupata watoto wanne pamoja. Sikujua undani wa kilichowasibu hadi kutalikiana hadi niliporudi katika safari zangu nyingine ndipo Rukia na mama yake waliponieleza undani wake. Rukia hakufurahishwa na kitendo cha mume wake kuoa kwa siri mke wa pili na wakagombana kiasi cha kufikia hatua ya kutalikiana. Nili-gundua kuwa hili ni tatizo kubwa katika mfumo wa familia kubwa, kwani ingawa talaka ni jambo la kawaida huko Mafia, lakini wao walikuwa ndugu wa ukoo mmoja na hivyo jambo hilo liliwaudhi sana Mikidadi na wazazi wake. Hata hivyo Rukia hakukaa useja kwa muda mrefu kwani naye alikubali kuwa mke wa pili wa bwana mmoja mwenye kujishughulisha na uvuvi huko Bweni, ambaye alikuja na yeye kumzalia watoto kadhaa.

Mikidadi Ahamia Dar es Salaam na Kuzuru Miji Kadhaa ya Tanzania

Aliponiandikia tena, katika mwanzo wa 1979, Mikidadi alikuwa ni Afisa Misitu nje kidogo ya mji wa Morogoro. Hata hivyo alikuwa bado na shauku ya kusoma na hivyo akaomba uhamisho kuhamia Dar es Salaam. Alifanikiwa kupata uhamisho mwaka 1979, na akaniandikia kwa Kiingereza katika barua ifuatayo:

28/3/79 Dearest Mother of Emma. Greetings.

Sister, I am expecting to move to Dar es Salaam to work there. I will be working with the management of DSM City Council. (in English) This will enable me to do my form six studies.

(Kwa mpendwa Mama Emma. Salamu.

Dada natarajia kuhamia Dar es Salaam na nitafanya kazi huko. Nitafanya kazi na utawala wa Halmashauri ya Jiji la Dar es Salaam. Hii itanipa fursa ya kufanya masomo yangu ya kidato cha 6.)

Ilipofika aprili 1979 Mikidadi aliniandikia tena tayari alishapata uhamisho kwenda Dar es Salaam na anafanya kazi kama Afisa Misitu wa Jiji. Alinieleza kuwa anaipenda kazi yake na anatarajia kuanza masomo yake punde tu. Sikuwasiliana nae tena hadi mwezi wa Septemba aliponiandikia sababu za ukimya wake:

10/9/79. Nilisafiri kutembelea baadhi ya mikoa ya hapa nchini Tanzania. Tulifanya Inventory ya indigininous Forests (kuhesabu sense ya miti ya asili). Kazi hiyo tumemaliza tarehe 30/7/80 ambayo imetuchukua miezi saba. Hii ndio sababu sikupata nafasi ya kukuandikia.

Mikidadi alinitaarifu pia kuwa Daud Makame, nduguye wa Kanga ambae walisoma wote Zanzibar na baadaye alisomea Uhandisi wa Baharini huko Uingereza, amerudi na alitembelea Mafia na kusifia sana hali ya Uingereza na hivyo kuamsha tena shauku ya Mikidadi ya kuizuru Uingereza:

10/9/79. Ndugu Daudi Makame ameshafika huku. Juzi amekwenda nyumbani Mafia. Amesifa sana hali huko pamoja na jinsi ulivyompokea.

Bado mipango yangu ya kusoma haijafanikiwa vema. Na mimi nina hamu kubwa ya kuja huko kutembea. Nategemea labda huenda nikaja mwaka 1981/82 kama hali itaniruhusu. Nitaomba unisaidie ili niweze kuja huko.

Daudi alihitimu mafunzo yake ya awali ya shule huko Zanzibar na aliweza kupata mafunzo ya kuwa mhandisi wa Mambo ya Bahari. Nilipokutana naye kwa mara ya kwanza nchini Uingereza katika miaka ya 1977, alikuwa anachukuwa mafunzo katika Chuo Kikuu cha Liverpool. Mikidadi aliyafurahia mafanikia ya ndugu yake Daudi na alimchukulia kuwa ni kigezo chema cha mafinikio. Kwa upande wake yeye Mikidadi aliendelea kufanya kazi katika Hamalshauri ya Jiji la Dar es Salaam huku akikutana na vikwa zo vingi vya kumkatisha tamaa. Alilalamika juu ya tabia ya watu kukuta miti ovyo kwa ajili ya nishati ya kuni. 'Ninatakiwa kuilinda miti ya jiji lakini watu wana shida ya nguvu za nishati kwa hiyo wanabandua magome ya miti hadi inakauka. Na baadaye wana-ikata kwa ajili ya kuni'. Kwa upande mwingine alinipa taarifa za mafanikio kuwa mara kadhaa alialikwa ikulu na kukutana na Rais Nyerere na kupata fursa ya kuzungumza nae.

Hitimisho

Mikidadi alifaidika na kutanuka kwa sekta ya elimu mara baada ya uhuru nchini Tanzania. Lakini tunamwona anavyokabiliana na vikwazo vya hapa na pale hususan suala la uhamisho wake kutoka Zanzibar hadi Dar es Salaam jambo ambalo lilimsababishia kukosa elimu kwa takribani miaka miwili. Jitihada zake katika masomo zinampeleka Sekondari ya Pugu ambako nako tunaona kuwa mbali ya kufaulu masomo yake lakini ufinyu wa nafasi za masomo ya kidato cha tano kunamsababishia kutokuchaguliwa kuendelea na masomo ya Sekondari na badala yake kuchukua mafunzo ya miaka miwili ya utaalamu wa misitu. Kutokana na kuwepo kwa nafasi za ajira, Mikidadi anapata kazi ingawa si ya kipato kikubwa mara baada ya kumaliza kama Afisa Misitu mkoani Morogoro na hatimae kuhamia katika halmashauri ya jiji la Dar es Salaam. Kwa kipindi hicho, wazazi wake hawakumpa mzigo wa ulezi kwa vile bado walikuwa wana afya njema na wanajimudu kimaisha.

Alishadidia lengo lake la kujiendeleza kimasomo ingawa kulikuwa na msukumo wa mara kwa mara kutoka kwa wazazi wake kumtaka aoe na kurudi Mafia kuendeleza masuala ya kifamilia ikiwa ni pamoja na madrasa yao. Mikidadi alipingana na matakwa hayo kwa kipindi hicho ili kumpa fursa ya kuifikia azma yake ya kuendelea na masomo zaidi.

Sura ya 3

Mikidadi: Ndoa na Familia Miaka ya 1980

Mama yake Mikidadi bi. Fatuma, dada yake mkubwa Rukia na wasaidizi wawili wakivuna mpunga, Kanga 1985

Usuli wa Tanzania

Kipindi chote cha miaka 1980, kuenea kwa UKIMWI

1986. Nyerere amwachia madaraka ya uraisi Ali Hassan Mwinyi

1986. Tanzania kufuata masharti ya IMF na Benki ya Dunia na sera za uchumi huria

1989. Tanzania yashusha thamani ya shilingi kwa shinikizo la mashirika ya kimataifa

Usuli wa Mikidadi

1979-86 Kuajiriwa na Halmashauri ya Jiji la Dar es Salaam

1981 Kumuoa Hadiya

1982 Kuzaliwa Bi. Amina (1 Oktoba)

1982-5 Mkurugenzi wa Kambi ya Vijana, Umoja wa Vijana wa Kiislamu Tanzania

1984 Kuzaliwa kwa Khadijya (18 Agosti)

1985 Pat Caplan azuru Mafia mara ya 3
1986 Kuacha kazi Halmashauri ya Jiji la Dar es Salaam
1986-7 Kufanya kazi kiwanda cha Madawa cha NCG1987 Kuacha kazi kumhudumia baba yake
1988 Kifo cha Rukia

Utangulizi

Sura ya tatu inahusu mabadiliko makubwa yaliyotokea nchini Tanzania katika miaka ya 1980. Ni kipindi cha mabadiliko kutoka siasa ya ujamaa hadi kuingia katika mfumo wa uchumi huria. Mwanzoni mwa muongo huo ni kipindi ambacho Mikidadi anamwoa Hadiya, mwanamke atokeae kijiji cha Bweni ambae wanamahusiano ya kindugu. Ni kawaida kwa Mafia kwa sisingi kuoa mke ndugu na mara tu wakafanikiwa kupata watoto wawili wa kike. Lakini kabla hata ya kupata watoto wao wenyewe Mikidadi na Hadiya tayari walishakuwa na watoto kadhaa wa kuwalea baada ya kaka yake Mikidadi kufariki na kuacha watoto kadhaa.

Katikati ya muongo huo Miki aliamua kuacha kazi ya serikali kwani haikuwa na maslahi makubwa ya kumwezesha kumudu matumizi ya familia yake kubwa, hivyo aliamua kujiunga na kampuni binafsi ya madawa. Lakini nako baada ya mwaka tu aliamua kuiacha kazi hiyo na kutumia muda mwingi kumhudumia baba yake ambaye alikuwa mgonjwa. Baba yake alipopata nafuu, Mikidadi alijaribu kutafuta kazi nyingine lakini hakufanikiwa kwa vile kwa sasa kulikuwa na ushindani katika soko la ajira ambapo kuna vijana sisingi ambao wana ujuzi zaidi yake. Mwishoni mwa muongo huo dada yake kipenzi Rukia anafariki wakati wa kujifungua na hivyo kuchukua mzigo wa kuwalea watoto wake. Kwa vile alikusudia kuwa watoto wote wapate elimu, alibaki Dar es Salaam na familia yake na kutembelea Mafia mara kwa mara.

Mikidadi aliyahadithia matukio yote haya katika barua, na kwa sasa alikuwa akitumia zaidi jina lake la Mikidadi Juma Kichange, na alikuwa akiinita kwa majina mbalimbali kama vile kwa mpendwa Mama Emma na Mark, au 'Mama Emma' kwani ni kawaida kwa mama aliyezaa kuitwa kwa jina la mtoto wa kwanza.

Tanzania katika Miaka ya 1980

Mwanzoni mwa miaka ya 1980, Tanzania ilikuwa bado iko katika misukosuko ya kiuchumi kutokana na vita dhidi ya Uganda na kupanda kwa bei ya mafuta. Fedha za kigeni nazo zilikuwa haba na kulikuwa na bidhaa chache za kuuza nje. Mishahara ya watumishi wa serikali ilikuwa chini na thamani ya fedha ya Tanzania ilikuwa ikishuka siku hadi siku. Hali hii ilipelekea watu wengi kubuni njia za kujiongezea kipato ikiwemo kuanzisha vimiradi binafsi na wengine kujiingaza katika vitendo vya utoaji na uchukuaji hongo. Matukio mawili ambayo sitayasahau ni pale ambapo siku moja nikiwa nimekodisha taksi kuelea katika ofisi za Utafiti za Serikali tulisimamishwa na askari wa barabarani mwanamke ambaye alimtaka dereva afike kituoni kwa makosa ya gari lake. Alipokuwa ameenda kuandika ripoti dereva alinidokeza kuwa kiuhalisia hana kosa lolote alilotenda ila anatakiwa atoe fedha kidogo. Nilishtushwa na kitendo cha kukutana mara ya kwanza na rushwa. Nilimwacha dereva aendelee kutatua 'kosa' lile pale kituoni. Tukio la pili ambalo sitalisahau ni la kuhudhuria mkutano katika iliyokuwa nchi ya Yugoslavia kwenye mwaka 1988 ambapo Watanzania wawili walihudhuria. Wakati tukiwa kwenye basi likitupeleka matembezini mmoja wao alimnong'oneza mwenziwe, 'Unamwona yule mwanamke pale? Unajua kuwa yule ni mke wa waziri? Lakini anafuga ng'ombe na kuuza maziwa ili kujikimu. Hiyo ndio hali halisi ya Tanzania kwa sasa!'.

Nilipokuwa Dar es Salaam mwezi Juni 1985, nikiwa tunakula chakula cha jioni na rafiki yangu atokeae Arusha, ambaye ni afisa wa ngazi za juu wa serikali na msomi. Nilimwuliza kwa nini maduka yamejaa bidhaa tofauti na ilivyokuwa mwaka 1976 wakati yalipokuwa matupu. Na kwa nini bidhaa nyingi ni za plastiki na zinauzwa kwa bei ya juu bila ya sababu yoyote? Kutoka katika shajara yangu, alinijibu kama ifuatavyo:

Serikali ilipatwa na wasiwasi kuwa watu wamechoka kwenda madukani na kukuta fremu tupu. Kwa hiyo serikali ikaamua kulegeza masharti kidogo kwa bidhaa kuingia nchini na sasa nchi inafurika kwa bidhaa hizo. Wafanya biashara wanatumia mwanya huo kutorosha fedha za kigeni na kujitengenezea faida kubwa. Kwa mfano ni shilingi ngapi unatoa kwa bei ya balbu nchini Uingereza? Ni kama paundi moja au siyo? Basi wananunua kitu kama hicho kwa fedha zao walizojirundikia na kuvileta hapa nchini na kuviuza kwa bei ya juu na kutumia faida waipatayo kujinunulia fedha zaidi za kigeni kwa njia za pembeni. Rais alisema siku moja kuwa angalau watu wanaviona vitu nadukani. Baadhi ya watu wanazo pesa za kununua baadhi yao wakiwa ni wakulima na kwa vile bei ya vyakula imepanda wananeema na wanatafuta pa kutumia fedha zao.

Ni wazi kuwa mambo kwa wengine yaliwatononokea. Nilikaa katika hosteli ya YMCA jijini Dar es Salaam na kila asubuhi nili-shuhudia msururu wa magari ya watu waliovalia vizuri wakiwaleta watoto wao katika chekechea iliyopo katika ghorafa ya chini ya jengo hilo. Nikaandika katika shajara yangu. 'Ujenzi wa matabaka unaendelea vizuri'.

Katika kipindi cha miaka ya 1980 Tanzania ilikuwa katika mvutano na mashirika ya fedha ya IMF na Benki ya Dunia ili isisize kufanya mabadiliko ya kimuundo wa fedha ambapo hadi 1985 wakati Nyerere alipojiuzulu ndipo programu hizo za mabadi-liko ya kimuundo zilipoanza kutekelezwa chini ya Raisi Ali Hassan Mwinyi. Alibadilisha mfumo na kutia mkataba na mashirika ya fedha ya IMF na Benki ya Dunia na Watanzania wakajikuta wakiingia katika mfumo mpya wa soko huria ambao kwa Tanzania ulijulikana kama kipindi cha 'ruksa' (au *ruhusa*) huku mabadiliko hayo yakiwa na makali ya kimaisha kwa watu wa chini.

Mikidadi katika Miaka ya 1980

Katika mwanzo wa miaka ya 1980 sikupata mawasiliano kutoka kwa Mikidadi hata pale nilipokuwa nikimtumia barua au zawadi kadhaa ambazo nyingi hazikujibiwa au kuthibitishwa kuwa zimemfikia. Hati-maye mwishoni mwa mwaka 1982, barua ilinifikia ikiwa na habari kemkem:

3/11/81, DADA MAMA EMMA, Salaam

Mimi pamoja na wifi na wazazi wote hatujambo na mara kwa mara tunakukumbuka.

Nashukuru kupata barua zako tatu mfululizo ya tarehe 6/6/81, ya tarehe 15/7/81 na hii ya leo 3/11/81. Nilishindwa kuzijibu zile mbili za mwanzo kwa sababu.

· *Nilipata Accident ya gari na kuumia mkono wa kulia (right hand) ambao ulinifanya nishinde kuandika (writing was a problem). This was 27/2/81.*

· *Nilipata msiba wa kufiwa na kaka yangu kwa jina anaitwa Mwalimu. Yeye ndie ambae tukiishi pamoja hapa Dar es Salaam. Yeye ni mtoto wa mama yangu mkubwa Bi. Amina, the sister of my mother. This was on 11/3/81*

· *Nilifunga ndoa (marriage) tarehe 6/3/81 a week before the death of my kaka. Wife anaitwa Hadiya na yeye ni mtoto wa mjomba wangu Abdallah – anayeishi Bweni. Zamani alikuwa akiishi Zanzibar. Harusi yangu ilipita Bweni. Bahati mbaya harusi haikuwa na sherehe kubwa…*

· *PICHA: Hakuna picha za harusi nilizopiga. Ila nitakuletea picha za kawaida hapo baadaye. Ila pokea picha mbili moja yangu nyingine ya wife, inga-waje haikutoka vizuri.*

· *…Mafia: Dada Rukia sasa ana mtoto wa kike amezaa na huyu mumewe wa sasa, Faki.*

Mikidadi alihitimisha kwa kuwa na matumaini ya kuwa tutaku-tana kwa yeye kuja Uingereza kuchukua kozi fulani au kwa mimi kwenda Mafia. Ilichukua miaka miwili na nusu ndipo tuliposisiza kukutana uso kwa uso niliporejea Tanzania mnamo msisizi wa Mei 1985.

Mikidadi hakuonesha dalili kuwa yumo mbioni kuoa kili-chokuwa kinajidhihirisha ni yeye kuweka pingamizi ya kufanya hivyo ili asiweze kuendelea na masomo. Ndoa yake ilikuwa ya mke ndugu ambapo Mikidadi alimwoa binamu yake aitwaye Hadiya aliekuwa na umri wa miaka 18 tu. Ndoa yao ilikuwa ya furaha na haikuchukua muda mke mpya akaonesha ukomavu wake wa kuendesha nyumba pale alipomudu kuwalea watoto wa kaka ya Mikidadi aliyekuwa akiishi Dar es Salaam alipofariki ghafla wiki moja tu baada ya ndoa yao.

Mabinti wa Mikidadi walizaliwa kwa kufuatana- Amina mwaka 1982 na Khadijya mwaka 1984. Ingawaje walitarajia kuwa na watoto wengi hakuna aliyezaliwa baada ya hapo na nyumba yao ilikuwa na watoto wengi wa kurithi kutoka kwa kaka yao na pia wengine ambao walikuwa wa ndugu ambao walitaka nao watoto wao walelewe na familia ya Mikidadi ili waweze kupata elimu huko Dar es Salaam. Mikidadi alihesabika kama msomi wa hali ya juu miongoni mwa ndugu zake wa Mafia na alikuwa ni mfano wa kuigwa na hivyo angefanya jitihada za kuhakikisha watoto hao wanapata shule Dar es Salaam tofauti na hali duni iliyokuwepo Mafia.

Kukutana na Mikidadi Dar es Salaam Mwaka 1985

Hapa ninaanza na kunukuu dondoo nilizoziandika katika shajara yangu kwa mwaka 1985 nilipotembelea Tanzania:

Mikidadi ananipokea uwanja wa ndege Dar es Salaam – hatujaonana karibu miaka ishirini wakati akiwa mvulana wa miaka 12. Hivi sasa yuko katika umri karibu miaka thelathini hivi. Yupo katika ndoa kwa miaka kadhaa na Hadiya, atokeaye kijiji cha Bweni na wana watoto wawili.

Ninakaribishwa kwa chakula cha usiku nyumbani kwao. Mtoto mkubwa ametoka kwenda kutembelea ndugu. Mtoto mdogo anasumbuliwa na upele na Mikidadi alimpeleka hospitali na alikuwa amelala nilipofika. Alipoamka mama yake akamuogesha na kumlisha na kisha Mikidadi anayeoneka na wazi kuwa anampenda sana mwanawe huyo. Alimbeba na kucheza naye mpaka alipoonesha kuchoka na kumkabidhi kwa mama yake. Kilikuwa ni kipindi cha Ramadhani, wakati wa kufuturu nilianza kupakuliwa mimi futari na kisha wanaume. Mikidadi ana wageni wawili wa kiume kutoka Mafia. Mkewe na kaka yake wanaoishi naye watajihudumia baadaye baada ya wageni wote kula. Mikidadi alikuwa na jukumu la kulea watoto saba wa kaka yake wa Bweni. Baadhi yao anaishi nao, na wengine wako kwa wazazi wake Mafia. Maisha ya mjini ni ya gharama za juu, kipato anachokipata akiwa Afisa Misitu wa jiji hakitoshelezi matumizi ya nyumbani. Alikusudia kuanzisha biashara ya kumwongezea kipato. Kwa upande wa baba yake yeye alimtaka Mikidadi kurudi Mafia na kusimamia Madrasa. Mikidadi alielezea yanayomkabili kama ifuatavyo:

Najua mwenyewe kupata kipato cha kujitosheleza. Nataka kusoma zaidi. Nasikitikia kipindi nilichokosa kusoma kwa miaka miwili pale nilipohamia Dar es Salaam kutokea Zanzibar. Napenda nipate ufadhili wa masomo niende nje. Napenda niwe na kazi nzuri na niwapatie watoto hawa wote elimu bora. Siwezi kurudi kuishi Mafia. Watu wengi kule wanajishughulisha na kutafuta chakula na kucheza ngoma ya kitanga. Maisha hayana budi kubadilika na kuna mila hazina budi tuziache. Nimejaribu kuwaelimisha wazazi wangu juu ya haja ya kubadilika.

Wageni wa kutokea Kanga walijiunga na mazungumzo. Wakanitaarifu juu ya azma ya wanakijiji cha Kanga kununua lori jingine badala ya lile la zamani lililoharibika kwa sasa; nusu ya fedha imekwishachangwa. Wakatuhabarisha juu ya matukio mbalimbali yaliyojiri huko Kanga ikiwemo nani ametutoka duniani, nani ni mwenyekiti wa kijiji na jambo lipi limebadilika tangu safari yangu ya mwisho huko Mafia. Kwa mshtuko namwona somo yangu Hassani aliyezaliwa wakati nilipotembela Mafia katika safari yangu ya kwanza na sasa anaishi Dar es Salaam amekuwa kijana mrefu. Nilimuuliza ni kazi gani anayofanya: 'Sina kazi lakini ninajishughulisha na shughuli za hapa na pale' (kuuza nazi na vibarua).

Siku iliyofuatia Mikidadi alikuja kunitembela hotelini YWCA ambako ndiko nilikuwa ninakaa ili anioneshe mtoto wake mkubwa wa kike. Tukaingia katika taksi hadi nyumbani kwake na njiani tulikuwa na mazungumzo haya:

Pat: Hivi ni watoto wangapi haswa unataka kuwa nao?

Miki: Kumi.

Pat: Unanitania?

Miki: Hapana, sikutanii, nataka mtoto wa kiume kwa ajili ya baba yangu.

Pat: Utakuwa na watoto wote hao kwa mke mmoja au utabidi uoengeze mke mwingine?

Miki: Hapana, itabidi kuwe na sababu ya msingi haswa kuoa mke mwingine na itabidi nimshauri mke wangu na wazazi wangu juu ya sababu za kufanya hivyo.

Dereva Taksi: Watoto kumi ni wengi sana siku hizi. Utawamudu vipi? Siku za zamami watu haswa machifu walikuwa na kawaida ya kuwa na watoto wengi. Yupo chifu mmoja wa kiarusha yeye alikuwa na watoto karibu mia moja lakini kupanda kwa maisha siku hizi si rahisi.

Miki: Hiyo ni kweli. Nilipokuwa nampeleka mtoto hospitali nili-tumia karibu shilingi 400/- kwa taksi tu. Kwa bahati nzuri nina mtu namfahamu pale hospitali hivyo sikutoa hongo kupata huduma. Tulipofika nyumbani kwake (nyumba ya kupanga), mkewe alikuwa anapika na huku akimbembeleza mtoto alale.

Miki: Mke wangu anajitahidi. Ana kazi nyingi sana. Nilipomuoa tu wiki iliyofuatia kaka yangu akafariki na ikabidi turithi baadhi ya watoto wake na waje kuishi na sisi. Atakuwa mzee kabla ya wakati wake kwa ulezi na kazi nyingi.

Mikidadi alitoa albam ya picha na kwa mshangao wangu zili-kuwa picha za watoto na familia yangu zikiwa zimehifadhiwa katika albam niliyomtumia kutoka Uingereza. Nilisisimka kwa mapenzi yake kwangu na familia yangu ingawa nilisikitika kuwa hakuna picha za familia yake mwenyewe. Nilipiga picha nyingi na kuahidi kuzituma pamoja na albamu nitakaporudi Uingereza.

Ilikuwa wazi maisha ya Dar es Salaam yalimuwia magumu Miki-dadi. Lakini aliamua kuendelea kuishi huko kwa ajili ya elimu ya watoto wake, wale wa kurithi, na yeye mwenyewe.

Kisiwa cha Mafia na Kijiji cha Kanga Mwaka 1985

Mafia haikuonekana kubadilika sana katika kipindi cha kukaa huko kwa miezi mitatu mwaka 1985. Hoteli ya Utende imepandishwa hadhi na hoteli pekee ya kitalii kisiwani Mafia. Bado miundo mbinu ilikuwa duni na barabara ya kutokea Kilindoni hadi Kanga bado ilikuwa haipitiki kirahisi.

Walikaa katika makazi waliyopangiwa wakati wa kampeni ya vijiji vya ujamaa ya mwaka 1975 kwa muda wa miezi kumi na nane tu. Kwa sasa hawana rabsha tena kutoka serikalini na waliahidiwa kulipwa fidia kwa kuvunjiwa nyumba na mali zao lakini ahadi hiyo haikutimizwa. Nikauliza itakuaje kuhusiana na mfumo mpya wa umiliki wa ardhi, watu wakanijibu kuwa wamerudia mila zao za zamani. Hata hivyo ardhi iliyopo mbali na kijiji na maporini ni mali ya serikali na watu wanasisiza kuomba sehemu hizo na kumi-likishwa na serikali kwa ajili ya kupanda miti. Kuna watu walio-hamia sehemu za kaskazini ya Mafia kutokea Unyamwezi ambao walikuwa wakija kufanya kazi za vibarua na wenyeji hawakupendezwa na hilo. 'Tuna wageni siku hizi' nilielezwa mara tu nilipofika na nilithibitisha hilo nilipotembelewa na Wanyamwezi na kuanza kuzungumza lugha ambayo sikuitambua ni lugha gani.

Nilielezwa kuwa uvuvi umeimarika sana na kijiji cha Bweni kuna boti tatu zenye majokofu yanayoweza kuhifadhi samaki na kuwapeleka hadi Dar es Salaam. Hakuna wenye boti kama hiyo kwa kijiji cha Kanga. Lakini mradi wa kwanza wa kigeni wa 'ng'ombe bora' uliletwa Kanga na wanaume wengi walijiunga na mradi huo na kupewa wanyama ambao walitakiwa kulipa wakati watakapoanza kuzaa.

Hata hivyo uoni wa maisha ulikuwa hasi zaidi. Mzee mmoja wa kiume alisema hakuna maendeleo kabisa. Mawazo yake yaliungwa mkono na baadhi ya vijana waliokuwa nje ya Mafia kwa muda mrefu na kurudi kukuta maisha bado ni yaleyale. Watu wana-ongelea juu ya ughali wa bidhaa madukani, ukosefu wa usafiri wa uhakika na ukosefu wa maji safi na salama na hivyo kutishia magonjwa ya milipuko.

Tatizo jingine kubwa ni namna watumishi wa serikali wana-vyowahudumia wananchi wa ngazi za chini ambapo huduma hazipatikani bila ya rushwa. Mzee mmoja anahadithia namna alivyopata shida ya kupata huduma ya matibabu kwa mjuukuu wake:

Nilimchukua mjukuu wangu kumpeleka Dar es Salaam na tulikaa karibu mwezi mzima. Niliondoka na shilingi elfu mbili na ziliniponiishia nikalaz-imika kurudi. Nilikaa na ndugu zangu wa karibu kwa muda lakini niliona haya kuendelea kuwapa mzigo wa kukaa kwao. Kila mara nilikuwa nikienda hospitali unakutana na foleni kubwa na jina lako haliitwi na wanakwambia kuwa huduma za kliniki zimekwisha. Na unatakiwa urudi wiki ijayo. Au utoe kitu kidogo ili angalau jina lako liorodheshwe kwa wiki ijayo. Katika hospitali hiyo Wazungu au Wahindi wanapata huduma haraka lakini sisi wanyonge hawatujali. Hali ni hiyo hiyo katika hospitali ya Kilindoni. Ukienda kung'olewa jino watakueleza kuwa daktari hayupo lakini ukitoa shilingi mia mbili basi watakwambia usubiri na huduma utapata daktari ameenda kuitwa.

Niliporudi Dar es Salaam baada ya kukaa Mafia, niliondoka na 'wifi yangu', mke wa kaka yangu mkubwa wa hapo kijijini, ili akapatiwe matibabu ya pumu hospitali ya Muhimbili. Tulifika Muhimbili nikitarajia kwa vile mimi ni mzungu basi atapatiwa huduma ya uhakika na kwa haraka. Wakati tupo kwa daktari akaingia daktari mwingine kumweleza yule daktari aliyetarajiwa kutuhudumia: 'Nasikia mchele umetoka dukani. Fanya hima uwahi usije kuisha'. Daktari akaondoka kimya kimya huku akidhani sikusikia Kiswahili walichozumgumza. Ilituchukua muda kabla ya kukamilishiwa huduma tuliyofuata.

Katika ngazi ya kijiji, zahanati ilikuwa bado inafanya kazi lakini si kwa ufanisi. Nyakati nyingine kulikuwa hakuna dawa kabisa. Wakati mwingine huduma inayotakiwa kutolewa ilikuwa haiendani na maradhi ya mgonjwa kutokana muuguzi kukosa utaalamu husika. Kuna wakati nilitumia muda mwingi kuchunguza namna huduma zinavyotolewa. Nilishuhudia mara mbili akitoa huduma ya sindano ambayo haikuendana na maradhi husika kiasi cha kuhatarisha maisha ya mgonjwa. Kwa vile nilitumia muda mwingi kuangalia namna huduma zinavyotolewa katika zahanati hii niliona ni kwa jinsi gani vitu vilivyozagaa hapa na pale. Mashuka na mataulo hayakuwa safi. Ingawaje kulikuwa na friji mpya ya kuhifadhia madawa, haikutumika kwa kule kukosa umeme, vilevile hakukua na mafuta ya taa na ilibidi vifaa vya uganguzi vichemshwe kwa moto wa kuni.

Mhudumu aliyeletwa kutoka nje ya Mafia alikuwa na yake ya kusema, kama niliyoandika katika shajara yangu:

Nimefanya kazi sehemu mbalimbali lakini sijawahi kukutana na watu wa aina hii. Wanapokuja kwa huduma huchelewa au huja kwa ajili ya kuwachukulia wengine dawa na ndio maana sipendi kuzoena nao sana au nitaweza kuharibu kazi yangu. Nafikiria kuacha kazi na kujiunga na hospitali binafsi. Wengi hufanya hivyo tangu bunge lipitishe sheria ya kuanzishwa kwa huduma binafsi za matibabu. Sipendi huduma za serikali kwa sababu mbalimbali:

· *Madawa hayatoshi na inabidi tuwe makini katika kuchunguza magonjwa kabla ya kutoa huduma. Sina madawa ya kutibu maradhi makubwa.*

· *Tunalazimika kutoa madawa ya hali ya chini.*

· *Tuna uhaba wa wafanyakazi. Tunatakiwa tutoe huduma bora lakini kila asubuhi watu wamejaa.*

Faida ya kutoa huduma binafsi ni kuwa :

· *Ninaweza kutoa huduma nyumbani*
· *Nitatoa huduma kwa wagonjwa wachache*
· *Ninaweza kuwahudumia wagonjwa kwa namna ninayopendelea na wanayoitaka (mfano wapo wagonjwa hupendelea sindano badala ya vidonge)*
· *Nitapata pesa zaidi*

Huduma ya shule ya msingi nayo bado, lakini kama ilivyo huduma za zahanati nayo ina matatizo yake. Elimu ya bure iliishia mwaka 1984 na kwa sasa wazazi wanawajibika kulipa ada. Siku moja nilienda kuangalia shule:

Nikaandika katika shajara yangu watoto wanatakiwa wawe shuleni saa 2 asubuhi na watoto wa darasa la kwanza na pili wao wanamaliza masomo saa 8 mchana. Waliobaki wanatoka shuleni saa 10.30 jioni. Kuna wakati wa mapumziko ya chai na chakula cha mchana lakini hakuna chakula kinachotolewa na hakuna watoto wanaokuja shuleni na chakula. Wanafunzi wachache tu ndio huja na maandazi au ndizi kuuza kwa wanafunzi walio na fedha taslim.

Tangu niwasili hapo shuleni hadi saa 4 asubuhi, masomo yali-kuwa yanaendelea ingawaje ni madarasa mawili tu yaliyoonekana kuwa na walimu. Baada ya mapumziko ya asubuhi, mmoja wa wataalamu aliwatoa watoto nje kucheza katika kiwanja cha shule.

Ndani ya darasa mwalimu anawaambia wanafunzi 'Fungueni vitabu', lakini katika darasa la watoto 25 kuna vitabu 4 tu. Akawa-taka pia wanafunzi 'Toeni vitabu vyenu vya mazoezi' lakini robo yao hawakuwa hata na madaftari. Akaendelea kusema 'Choreni mistari na rula' ni mtoto mmoja tu ndiye alikuwa na rula.

Walimu walinilalamikia kuhusiana na upungufu wa vitabu, uchakavu wa majengo na namna watoto wasivyokuwa na moyo wa kusoma. Inabidi kuwalazimisha na kuwaadhibu mara kwa mara. Nilipokuwa natoka shuleni nikakutana na kundi la wasi-chana na kuwauliza kwa nini wamechelewa. Wakaniuliza ni saa ngapi ilikuwa imefika (kulikua hakuna hata mmoja aliyekuwa na saa). Nilipowaeleza muda halisi na kugundua kuwa wamechelewa sana wakaambiana kuwa 'utakuwa ni mikwaju tu tena'. Baadaye niliwauliza iwapo walimu wanaruhusiwa kuwaadhibu wanafunzi kwa fimbo: 'Ndiyo bila shaka, wanafundisha adabu au siyo? Wazazi wanatoa ruhusa kwa walimu kuwaadhibu watoto. Lakini si kwa kuwapiga mpaka kuwavunja mifupa yao.'

Kwa kufuata misingi ya Elimu ya Kujitegemea, wanafunzi wana-wafanyia kazi walimu. Wasichana wanachota maji na vijana wa kiume wanakusanya kuni. Wanatakiwa pia kulima shamba la shule, kulima ndizi, mpunga, na mihogo. Mantiki yake ni kuwa watoto wasitenganishwe na mazingira yao wanayoishi kwa kutumia elimu na wanatakiwa wazalishe chakula kwa matumizi ya shule. Kilichojitokeza ni kuwa kivitendo mazao yalikuwa yanauzwa kukarabati shule. Wazazi wanalalamika: sisi tunaweza kuwafundisha kulima, wao wajifunze kuandika na kusoma tu huko shuleni.

Katika mahojiano na mwalimu mkuu, nilielezwa kuwa shule ipo hadi darasa la saba lakini kuna walimu 6 tu pamoja na yeye mwenyewe. Mahudhurio hayaridhishi na hii inatokana na wazazi kutokuwahimiza watoto wao kwenda shuleni haswa wanapovunja ungo kwa upande wa wasichana. Wengi wao huachishwa shule na kuolewa ingawa kwa sasa tabia hiyo imepungua.

Tangu 1981 hakuna mwanafunzi hata mmoja wa Kanga aliye-faulu kwenda Sekondari na mmoja wao aliyewahi kufaulu akitokea Bweni alikuwa msichana ambaye wazazi wake walimkatalia kuen-delea na masomo. Kulikuwa hakuna shule ya Sekondari katika kisiwa kizima cha Mafia. Kila aliyebahatika kufaulu ilimbidi aende Tanzania bara katika shule za Bweni. Tunaelezwa kuwa jumla ya wanafunzi tisa tu ndio ambao wamewahi kufaulu na kushinda kusoma bara mmoja wao akiwa ni Mikidadi.

Nilimuuliza mwalimu mkuu sababu za wazazi kutokuwa na hamasa ya kuwapeleka watoto wao shuleni na akanipa majibu yaliozeleka: 'Wanaogopa kuwa iwapo watoto wao watakwenda shuleni watageuzwa kuwa wakristo'. Mwingine aliwaelezea wana-funzi wake kuwa wapo 'gizani' na 'hawana moyo na shule'. Lakini pia alielezea ugumu wa kuja kufanya kazi Mafia ambako hawana mtu wanayemfahamu. Kiwango cha elimu ya waalimu hao kili-kuwa hadi kidato cha nne na baadaye wakajiunga na vyuo vya ualimu. Mmoja wa waalimu alidai kuwa ualimu si chaguo lake la kwanza alipendelea zaidi masomo ya kilimo, benki, au uvuvi.

Kampeni ya kisomo cha watu wazima iliyoendeshwa kati ya mwaka 1975 na 1983 ilianza kufifia katika kipindi cha ziara yangu ya mwaka 1985. Niliambiwa kuwa wako watu wazima walioweza kusoma na wengine walishindwa kufikia viwango ingawa kampeni hiyo ilikuwa ya lazima. Kwa ujumla wanaume walifaidika zaidi na kampeni hiyo kuliko wanawake. Majukumu ya kazi kwa kinamama yaliwabana kujiunga na madarasa ya kisomo cha watu wazima. Wengine walinyimwa ruhusa na waume zao kuhudhuria mada-rasa hayo. Bado kulikuwa na shehena kubwa ya vitabu vyaelimu ya watu wazima ambavyo vilikua havina wa kuviazima na bado vilikua ndani ya makasha.

Matumaini ya TANU yale ya miaka ya 1960 yenye kauli mbiu ya *'TANU yajenga nchi'* yalikuwa bado hayajatimia.

Ingawaje, kukosekana kwa fedha za kigeni ambako kungesaidia kuagizia mafuta ya kula kulisababisha watu wa Mafia kunufaika na mahitaji ya nazi kwa kupikia. Bei ya nazi ilipanda katika soko la Dar es Salaam na kuwanufaisha watu wa Mafia kwa kiasi kikubwa.

Mazungumzo na Baba Yake Mikidadi, Maalim Juma.

Nilipokuwa kijijini nilitumia muda mwingi kuishi katika nyumba ya wazazi wa Mikidadi. Katika nyumba hiyo kulikuwa na Maalim Juma, mkewe Fatuma, na watoto wawili: msichana Biubwa (15) na mvulana aitwaye Naim (11), watoto wa Rukia, aliyeachwa na kuolewa tena sehemu za Bweni. Watoto wengine walikuwa mtoto kiume mwenye umri wa miaka 8 na msichana mwenye umri wa miaka 6; wote wakiwa watoto wa marehemu kaka yake Mikidadi aliyekuwa akiishi naye. Kuruthumu naye pia alikuwa anaishi nao akilea ujauzito na amekuja naye mtoto wake wa kiume wa miaka miwili. Watoto wake wengine walikwenda kuishi kwa mama mkwe wake sehemu za Kanga kusini.

Nilipata muda wa mazungumzo mara kwa mara na Maalim Juma. Katika mazungumzo haya alinielezea mabadiliko aliyoyaona katika miaka ya hivi karibuni:

Pat: Ni kiasi gani cha mazao unalima na kiasi gani unanunua?

Maalim Juma: Karibu nusu kwa nusu. Tuna makonde matatu na hatulimi vichaka siku hizi, mimi ni mzee sasa na tunamiliki vitalu vya minazi na bado tunapanda mingine. Huwa naweka vibarua kusaidia kupalilia mashamba yangu yawe safi. Kila mwezi lazima tutunue nguo na mchele. Tunatumia pesa tunazozipata kutoka katika mauzo ya nazi na huangusha janguo kama 6 hivi kwa mwaka. Tunapata nazi karibu 200 kwa kila mnazi lakini wakati mwingine tunapata nazi kama 40 tu au kukosa kabisa. Nazipeleka Dar es Salaam ambapo ndugu yangu huwa anazinunua zote.

Pat: Matatizo ya maisha yanayowakabili ni yapi?

Maalim Juma: Hatuna matatizo makubwa. Maisha yana afadhali kidogo hapa kuliko mjini. Ambapo unapomaliza kilimo waweza pata muda wa kupumzika.

Pat: Kwa nini watu wanaenda mjini sasa?

Maalim Juma: Sio sisi ni watoto ndio hufanya hivyo kwa vile wamesoma na wanachotaka wao ni kuwa makarani au madereva lakini wanapozeeka watarudi huku. Hata Mikidadi nimemweleza hivyo.

Pat: Je maisha kwa sasa ukilinganisha na miaka 40 iliyopita yapi ni bora?

Maalim Juma: Kulikuwa na vitu vingi nyakati hizo. Tulizoea kupeleka mbata Kilindoni na kupata kila aina ya matumizi yetu katika maduka ya huko. Kwa sasa nazi nzima ni bora kuliko mbata na tunapata pesa zaidi kwa kuziuza kuliko ilivyokuwa zamani. Lakini gharama za kuangusha na kuzisafirisha kwenda Dar es Salaam ni kubwa mno.

Jambo la kufurahisha ni kuwa wakati wananchi wa Tanzania wakiwa katika hali ngumu ya maisha, watu wa Mafia wanaomilki minazi angalau wana ahueni kimaisha.

Maalim Juma pia ni mwalimu wa madrasa na imamu wa msikiti wa Ijumaa.

Pat: Nani atarithi kazi zako?

Maalim Juma: Sijui. Sidhani kama Mikidadi hatokubali kufanya kazi hii. Labda mmoja wa wajukuu.

Pat: Aina gani ya madawa unatayarisha?

Maalim Juma: Natengeneza hirizi na makombe kama unavyoyaona.

Pat: Dawa zipi ni bora za hospitali au za kwako?

Maalim Juma: Zote ni nzuri. Ubaya ni kupunga mashetani na kutoa kafara za kuchinja ngombe. Miti shamba ni sawa kabisa.

Hirizi hutengenezwa kutoka katika aya za Kurani na kufungwa au kushonewa kama kidani cha kuvaa shingoni. Makombe hutokana na maandishi ya Kurani yanayoandikwa katika karatasi kwa wino wa zafarani inayochovya katika maji ndani ya chupa au bakuli au aya zinazochomwa na majivu yake kunywewa kama dawa.

Muda nyingine iliyokuwa ikijitokeza ni suala la jinsia ambayo ilikuwa sehemu kuu ya utafiti wangu katika safari hiyo:

Pat: Kwa mawazo je, ni bora kuwa mwanamume au mwanamke?

Maalim Juma: Wote ni sawa. Wote twatakiwa kufanya kazi.

Pat: Nani anayefanya kazi zaidi?

Maalim Juma: Si mwanamke wala mwanamume, twalipa vibarua Wanyamwezi kutufanyia kazi mbalimbali, hatufanyi kazi sana kwa sasa.

Pat: Kwa nini baadhi ya wanaume huoa wake wengi?

Maalim Juma: Hii inaruhusiwa katika uislamu. Wengine wanuwezo wakuwahudumia kimavazi, chakula, wengine mwanamke mmoja tu. Nashukuru kwa Mungu wa kwangu ni mke mmoja tu. Tunaendana vizuri na sipati lawama.

Pat: Je kuna tofauti yoyote katika tabia za mwanamke na mwanamme?

Maalim Juma: Hapana, wengine wana tabia nzuri na wengine mbaya. Wengine wanajua namna ya kuishi na wengine hawajui namna ya kuishi.

Pat: Sasa tofauti iko wapi haswa?

Maalim Juma: Katika maumbile tu. Lakini wanaume hujifunza haraka kuliko wanawake na wanawake wanafunzwa na wanaume zao.

Kama inavyoshuhudiwa katika sura hii, alikuwa anatoa mawazo yake kuhusu aina na mahusiano katika ya mwanamke ma mwanamme. Mawazo yake tofauti na wanakijiji wengine yalikuwa mawazo huria katika masuala ya jinsia na maingiliano. Wakati fulani kikundi cha watoto wa shule kilikuwa kinapita na

kumsalimia kwa heshima. Aliwaitikia salamu yao na kuwatania
baadhi yao aliwaita wajukuu zake kama ifuatavyo:

Maalim Juma: Shangazi yake mkorofi, hakutaka kuolewa tena baada
ya kuachwa. Na hakutaka kuishi hapa Kanga baada ya kutalikiwa.

Pat: Huwa anarudi kutembea Kanga?

Maalim Juma: Hapana, haji.

Pat: Je, utampokea kama akija?

Maalim Juma: Ndio nitampokea, kwa nini nisifanye hivyo?

Pat: Je, wako wanawake wengi wanaofanya hivyo?

Maalim Juma: Oh, wako wengi sana na wengine wapo hadi Dar es
Salaam.

Hapa tunamwona Maalim Juma akionesha msimamo wa wastani
wa kuvumilia kitendo cha mwanamke aliyezaa nje ya ndoa.
Wengine pengine wako katika biashara ya kuuza miili yao huko
Kilindoni. Alikuwa ni Mchamungu mwenye kupinga matambiko
lakini pia alikuwa mtu mwenye uvumilivu. Alikuwa ni mfano bora
wa muislam safi na mwenye msimamo wa wastani. Uislamu ambao
ulikuja kuchukua sura tofauti siku za usoni. Watu wa Mafia wakati
huo walichukulia dini kijuujuu kiasi hata misikiti siku za ijumaa
haikuwa inajaa kufikisha koramu ya wanaume 40, idadi ilikuwa
kati ya watu 15-20 kwa kila wiki. Watoto wachache tu walikuwa
wakihudhuria madrasa. Lakini watu wengi walikuwa wanafunga
au (wakisema wanafunga) mwezi wa Ramadhani.

Mahusiano ya Kijinsia Kisiwani Mafia

Si tu nilifanya mahojiano na famila ya Mikidadi pekee, nilipata
fursa pia ya ya kuongea na watu wengine tofauti. Mambo tuliyo-
oyazungumzia yalihusu mahusiano ya kijinsia yanavyoingiliana
na uzalishaji wa chakula, afya na uzazi. Siku moja nilihudhuria
mazishi ya jirani, nilikaa na kikundi cha mabinamu zangu ambao
tulikuwa tunaelewana vyema na kutaniana mara kwa mara. Mazu-
ngumzo yetu yalienda kama ifuatavyo:

Binamu: Hivi mumeo haoni wivu kwa wewe kuja huku (peke yako)?

Pat: Hata kidogo, anafurahi ninavyokuja huku kutimiza wajibu
wangu wa kazi. Kwa nini umeniuliza hivyo?

Binamu: Sisi Waswahili tuna wivu sana. Sisi hatuwaamini wanawake.

Binamu wa pili: Ni kweli kama utampa pesa mwanamke amfikishie mtu fulani si rahisi kwake kuzifikisha lakini ukimpa mwanaume zitafika na ndio maana thamani ya mwanamume mmoja ni sawa na wanawake 5!

Pat: Hivi mbona mnawadhalilisha wanawake kiasi hicho?

Binamu wa Tatu: Si kweli kuwa tunawadhalilisha. Wao ni mama zetu. Kama sio wao tusingefika hapa tulipo. Wametuweka katika matumbo yao kwa miezi tisa. Wametulea tulipokuwa wadogo kwani wanaume hawalei watoto. Hatuwezi kuwadhalilisha kamwe.

Pat: Lakini mbona hamuwaamini?

Hakukuwa na jibu nahisi; nadhani walikuwa wananitania tu!! Katika mazishi hayohayo, niliongea na baadhi ya wanawake baada ya karamu katika siku ya tatu ya kuanua tanga, ambapo wanawake wamemaliza kuwapikia na kuwahudumia wanaume na ndipo na wao wanaonekana wakijihudumia kula kilichobaki. Chakula kilikuwa hakitoshi kiasi kwamba baadhi ya akinamama ilibidi wanunue maandazi kutoka kwa binti aliyekuwa akiyauza hapo msibani ili watulize njaa.

Pat: Hivi ni kwa nini wanaume ndio hula kwanza?

Mwanamke: Kwa sababu wao wana heshima zaidi kuliko sisi.

Pat: Kwani wanawake hawastahiki heshima nao?

Mwanamke: Wanastahiki ndio lakini wanaume wao wanasoma hitima na sisi tunapika huku uwani..

Pat: Lakini mbona harusini hakuna hitima inayosomwa na bado wanaume wanakula mwanzo?

Mwanamke: Wao ni wanaume na sisi twawahofu. Hata majumbani ni hivyohivyo. Twawapa wanaume zaidi au usipofanya hivyo wata-lalama na ndugu zako watakucheka. Hata hivyo twaonja wakati wa kupika na pia wataka apate nguvu ama sivyo atashindwa kusi-mama usiku (kicheko).

Pat: Hivi ni kweli watoto watoka katika mbegu za wanaume?

Mwanamke: Usitudanganye kuwa hujui! Ndio watoka kwao na sisi ni mifuko tu yakubcbea mbegu hizo.

Pat: Sasa nafasi yetu sisi wanawake ni ipi?

Mwanamke: Si kuzaa watoto? Na kutunza mimba anayotundikwa?

Pat: Kama watoto wanatoka katika mbegu za wanaume pekee kwa nini basi baadhi ya watoto wanafanana na mama zao?

Mwanamke: Inategemea na nguvu ya maji. Kama maji ya mama yana nguvu basi atafanana na mama na iwapo maji ya baba yana nguvu zaidi basi atafanana na baba yake au siyo?

Pat: Hivi kinachopelekea jinsia ya mtoto ni nini?

Mwanamke: Ni jambo hilo hilo.

Pat: Hivi ni nani afanyaye kazi zaidi? Wanawake au wanaume?

Mwanamke wa kwanza: Ni bahati nasibu tu. Siku nyingine ni wanawake na nyingine ni wanaume.

Mwanamke wa pili: Wanaume huondoka mapema mashambani sisi twafatia baadaye. Kama wao hawakutangulia kulima basi inatuwia vigumu sisi kutimiza wajibu wetu.

Mwanamke wa tatu: Hivi mwenzetu wewe humuandalii mumeo? Humuandalii chakula kizuri?

Pat: Sisi kila mmoja ana zamu yake apikae anaandaa meza na kuhudumia chakula (wanashangaa na kuonekana kutoamini). Si mnaona niko huku mbali na nyumbani na si mara zote ninapika. Lakini nyie mnalima zaidi ama sivyo?

Mwanamke: Ndio lakini wananume wao wameshamaliza zamu yao wametangulia.

Baadhi ya masuala yahusuyo mahusiano ya kijinsia ambayo tumeyazungumzia katika sehemu hii yamejitokeza katika masimulizi ya matatizo ya ujauzito wa Kuruthumu ambaye ni mdogo wake wa kike wa Mikidadi, talaka na kuolewa tena kwa kwa dada yake mkubwa aitwaye Rukia na fikra za akinamama kuhusiana na waume, ujauzito na upatikanaji wa watoto.

Madada Wawili - Talaka na Kuolewa Tena, Ujauzito na Kifo.

Utafiti wangu wa mwaka 1985 ulihusu mahusiano baina ya chakula, afya na uzazi. Mbali ya kufanya utafiti wa kushuhudia shughuli za zahanati, nilijishughulisha pia na utafiti wa kina wa kaya tano na kufanya mazungumzo na watu wa kaya hizo. Hapa ninanukuu kutoka shajara yangu ziara yangu katika 'mji' (nyumba) wa Maalim Juma na mkewe Fatuma, na pia katika mazungumzo na Fatuma na Bi. Rukia aliyekuwa anakuja mara kwa mara kutokea Bweni na Kuruthumu, nambaye yupo nyumbani kwa wazazi wake kutokana na kusumbuliwa na ujauzito.

Tarehe 5 Juni, 1985. Mapema jioni.

Fatuma anamenya mihogo kwa ajili ya chakula cha jioni. Wasichana wawili wanatwanga mpunga. Kijana mmoja wa kiume anapaa samaki. Kuruthumu amekaa barazani anachambua ukili kwa kujilazimisha huku ujauzito ukiwa umemuelemea na anasumbuliwa na shinikizo la damu na anatumia dawa kujituliza. Akiwa amefunga Ramadhani, 'Ni rahisi kufunga sasa hivi kuliko kuja kulipia baadaye.'

Kuruthumu (aliniuliza) Kwa nini una watoto wawili tu?

Pat: Hiyo ndio idadi niliyoitaka.

Fatuma: Na kwa nini mtoto wa pili ni wa kuasili?

Pat: Kwa vile sikutaka kuzaa tena na wazazi wake hawakuwa na uwezo wa kumhudumia.

Fatuma: Watoto ndio rasilimali zetu na sisi tunawataka. Sisi ndio urithi wetu. Kama mtu ana watoto wawili au watatu tu huwa tunamsikitikia. Kama ukiwa nao kama 5 au 6 hivi hapo ni sawa kwani watakutunza siku za baadaye. Nasikia unaweza kudungwa sindano za kuzuia kuzaa huko Dar. Hapa hakuna huduma hiyo. Ni vizuri uwe na watoto wengi. Faida yake ni kwamba leo unatembelewa na huyu, kesho unatembelewa na yule, siku nyingine wanakuja kukutembelea wote, ilimradi unaliwazika maishani.

Pat: Hivi ni wepi bora - watoto wa kike au wa kiume?

Fatuma: Wote ni wazuri. Lakini akina baba wanataka wavulana na wanawake wanataka wasichana. Ni vizuri kuwa na nusu huku na wengine huku. Kwani kuna kazi za mundu, sambazi ni za wanaume, na kazi za jembe, ambazo ni za wanawake zaidi, na unahitaji zote au siyo? Lakini nadhani nchini mwenu kwa vile kazi za kalamu haijalishi ni wa kike au wa kiume.

Wasichana wanalalamika kuchoka kutwanga na wanasaidiwa kidogo na wavulana. Na kila mmoja analalamika juu ya ugumu wa Ramadhani.

Tarehe 9 Juni, 1985. Saa 10 jioni.
Kuruthumu yuko uwani peke yake, ingawa baba yake anaswali sebuleni; na waliobaki wako kondeni wakivuna. Tukazungumzia juu ya matatizo ya ujauzito wake na kisha nikamuuliza sababu za Rukia na Abdallah kuachana.

Pat: Hivi ni kwa nini shemeji yako ameachana na dada yako hali ya kuwa wameishi katika ndoa kwa muda mrefu?

Kuruthumu: Ni kwa sababu alioa mke wa pili bila ya kumtaarifu. Hakutakiwa afanye hivyo. Rukia alichukia sana kwani hakuona sababu maisha yalikuwa yanamwendea vizuri, wameishi kwa muda mrefu, wamepata watoto na wamefungua biashara ya duka. Watoto wamerudi. Binti mkubwa anaanza kutwanga - najitolea kumsaidia. Kuruthumu awaambia wavulana waifanye kazi hiyo. Wote wanasaidia, lakini binti wa miaka 15 akifanya kazi zaidi.

Tarehe 11 Juni, 1985. Asubuhi.
Kuruthumu yupo kitandani, hajisikii vizuri anasumbuliwa na kikohozi kikali. Ilipofika saa 9 alasiri, nikaenda kondeni. Fatuma yupo huko akivuna. Tukafanya kazi pamoja ya kuvuna mashuke ya mpunga yenye ncha kali za makoa. Kazi ni ngumu kwelikweli lakini tunaendelea na mazungumzo huku kazi ikiendelea:

Fatuma: Vipi umepitia nyumbani? Biubwa (mjukuu wake mkubwa) anafanya nini?

Pat: Ndiyo nilipitia. Ameshaanza kupika.

Fatuma: Leo nimechelewa kuanza kazi hii asubuhi, Kuruthumu hakuamka vizuri. Na isitoshe kulikuwa na watu waliokuja kutu- julia hali. Hivyo mpaka saa 4 ndiyo nikamudu kutoka nyum- bani. Hali ya Kuruthumu inanitatiza na sitaki kumuacha peke, lakini sina jinsi lazima nije kuokoa huu mpunga kwani mwingine umeanza kuharibikia shambani hivyo sina budi niuvune na kuupeleka nyumbani.

Pat: Hivi akina baba hawasaidii kazi hii?

Fatuma: Wengine husaidia. Tena wengine ni wepesi kama akina mama. Lakini mume wangu hapendi kufanya kazi hii. Wao akina baba wako na shughuli zao. Wanawake ndio wa kufanya kazi nyingi. Miye siwezi kufanya kila kazi. Siwezi kufunda au kubeba kuni kwani nasumbuliwa na kichwa. Ndio maana nahitaji msaada.

Pat: Hali itakuwaje iwapo Biubwa ataolewa?

Fatuma: Na mimi ndilo swali ninalojiuliza – nitafanyaje ataka-pokuwa kigoli na akatakiwa na wakwe zake aondoke? Nafikiria kumwambia Mikidadi anipe Tatu (mtoto wa marehemu kaka yake Mikidadi wa Bweni) na ataendelea na shule hapa.

(Nilipata wazo kuwa sasa Mikidadi atakabiliana na mtihani wa kukataa kumkatisha masomo Tatu na kumrudisha kijijini kusoma kwa shida na huku akimsaidia bibi yake, lakini pia itakuwa vigumu kumkatalia mama yake ombi hilo.)

Na harusi ya Biubwa iko karibu. Inabidi nianze kumnunulia vitu. Nataka unisaidie kuniagizia godoro. Nitanunua fanicha ukion-doka. Lakini naomba usimwambie mtu kamwe!

Pat: Hebu nieleze kimesibu kipi hadi Rukia kutalikiana na muwewe?

Fatuma: Alishindwa kuvumilia, si kwa sababu kamuolea mke mwenziwe, bali alimbadilikia kabisa. Kama ni suala la mke wa pili, hata huko alikokwenda ni ndoa ya mitala na hakuna misuguano yoyote hadi sasa. Mumewe alikuja jana kutuarifu kuwa mkewe atakuja kututembelea hivi karibuni.

Pat: Hivi ni kwa nini wanaume hupenda kuoa wake wengi?

Fatuma: Kwani kinawaghaharimu nini? Wanawake hujinunulia mavazi yao wenyewe. Kazi ya wanaume wao ni kununua mafuta ya taa, samaki na vikorokoro vingine. Hiyo ndio kazi ya wanaume. Na ndio maana huwaoni kujishughulisha kwenye mavuno. Wapo tu mabarazani wakijifanyia shughuli zao.

Mpaka sasa nimebaini kuwa wanaume wao hufanya kazi chache sana ukilinganisha na wanawake. Si ajabu kuwaona wapo mabarazani wakipiga soga haswa nyakati za jioni wakati wake zao wakiwa uani wakiandaa chakula cha jioni. Kwa siku tatu mfuf-ulizo kila siku ng'ombe mmoja anachinjwa kwa ajili ya kuchang-isha fedha za kununua lori la kijiji. Dazeni ya wanaume wanaku-sanyika wakingojea nyama kuuzwa huku wakiwa hawana jengine la kufanya. La kustaajabisha kila mmoja analalamika juu ya kuwa na shughuli zitokanazo na kujishughulisha na kuvuna.

Pat: Rukia atakuja lini kukusaidia?

Fatuma: Si rahisi kwa sasa kwa yeye kuja kwa sababu hana mtu wa kumwachia lindo kwenye shamba lake la Bweni.

Pat: Mumewe hawezi kumsaidia lindo?

Fatuma: Kuna wanaume wanaolinda makondeni? Haitotokea hivyo. Ana shughuli zake binafsi.

Saa moja baadaye, tukiwa shambani, mumewe Bi. Fatuma, Maalim Juma, anakuja kumsaidia kubeba gunia la mpunga kupeleka nyumbani. Bi. Fatuma anamgombesha kwa kuchanganya mpunga wa gredi ya chini na ule wa juu na kumtaka atengenishe aweke ule wa hali ya chini juu na wa gredi bora ili wawaeze kuutumia ule wa hali ya chini kwanza. Alifanya hivyo bila kulalamika. Nusu saa baadaye miye na Fatuma tulirejea nyumbani.

13 Juni 1985

Naipita nyumba nikiwa njiani kuelekea sehemu nyingine. Ninaitwa kupewa habari kuwa Rukia amefika alipata lifti ya lori. Namsalimia na kuondoka. Baadaye ninarudi mchana shambani. Nawakuta wanawake wanne wakivuna mpunga. Fatuma, Rukia, Biubwa na msichana mwingine. Rukia anatuarifu kuwa ataondoka mapema kwani inambidi atembee kwa miguu hadi Bweni (maili 5 huku akimbeba mtoto mgongoni) na huku anatakiwa aandae chakula cha jioni.

14 Juni 1985.

Ninamkuta Kuruthumu kliniki – ameenda kumwona dakatari kuhusiana na maumivu yake ya kifua. Dakatari ananitaarifu kuwa anasumbuliwa na aina ya pumu na hivyo amempatia madawa ya kufungua kifua chake.

16 Juni, 1985. Jioni.

Ninapokea barua kutoka kwa Mikidadi, naichukua na kwenda kuisoma mbele ya familia yake. Baba yake yupo barazani akiandika makombe yake kwa mteja wake. Mteja ananieleza kuwa ni kwa ajili ya mtoto wake anayesumbuliwa na homa.

19 Juni, 1985. Siku ya Idi - Mchana.

Kuruthumu anazidiwa na kifua na yupo kitandani. Mama yake anaeleza kuwa wote wamekesha usiku kucha. Ana ugeni wa shangazi yake na mama mkwe wake. Fatuma anapika. Jioni yake.

Kuruthumu anapata nafuu na ameweza kuzungumza na wageni mbalimbali waliomtembelea mchana huo, wakiwemo watoto wake. Fatuma anaonesha uchovu wa wazi.

Fatuma: Naumwa na kichwa kweli na sikuweza kuvuna hata kidogo leo.

Pat: Sasa huna anayechunga mpunga kondeni?

Fatuma: Hakuna mtu, unaliwa na ndege tu. Lakini siwezi kumwacha katika hali hii, sina budi kukaa naye.

Pat: Umepata hata nafasi ya kwenda kuona sherehe za Idi?

Fatuma: Hapana, miye siendagi kwenye mambo hayo. Hata kwenye maharusi pia siendi labda iwe ni ya ndugu wa karibu mno. Je, umeshaenda kumuona mama mpya? (akimaainsha mke wa jirani na ambaye ni ndugu pia ambaye amejifungua hivi karibuni).

Pat: Ndiyo nilienda - wewe je?

Fatuma: Mimi? Sijapata nafasi. Kama nitapata mwanamke wa kukaa na Kuruthumu basi nami nitakwenda kumwona. Ana watoto wengi sana wapatao 11. Kati yao watano ni wavulana na amefiwa na watoto watatu wa kike. Mmoja alizaliwa njiti wa miezi saba tu.

21 Juni 1985.

Niko katika Kliniki ya Wazazi na Watoto mara Kuruthumu anaingia na mama yake. Mkunga anamchunguza na kumgundua kuwa presha imempanda hivyo kumtaka amwone daktari. Kuna foleni kubwa ya kumwona daktari. Fatuma inambidi kwenda sham-bani, hivyo ninajitolea kukaa na Kuruthumu kurudi nyumbani na kisha naenda shamba kumtaarifu juu ya ushauri wa daktari. Kama nilivyotarajia daktari anashauri kuwa hali ya Kuruthumu ni tete; hakuna budi apelekwe Kilindoni kwenye hospitali ya Wilaya.

Pat: Sasa itakuwaje?

Kuruthumu: Mama atataka kuja na mimi. Itabidi awaache watoto nyumbani. Baba atasaidiwa na watoto wa madarasa kuvuna mpunga.

Ninaenda shambani kumpa habari. Njiani nakutana na Biubwa aliyekuwa akisaidia kuvuna, lakini ametumwa kuchukua chakula cha mchana. Fatuma anashtushwa na taarifa za daktari.

Fatuma: Angalia ni kiasi gani bado kimebaki hakijavunwa. Nime-
poteza muda mwingi na mpunga mwingi kwa sababu ya maradhi
yake. Nafikiri nitamtumaini Mungu, sitakwenda kesho, pengine
nitakuwa nimeokoa kiasi kikubwa cha mpunga. Sina wa kunisa-
idia. Rukia naye ameanza kuvuna mpunga wake. Shangazi yangu
naye ni mgonjwa na ni lazima nimtupie macho. Nikiacha na kuon-
doka nitaambulia patupu - na hakuna ajuaye ni lini atajifungua.
Pengine mlo huo unamsababishia yote hayo - labda anakula sana
wali. Unadhani mayai yatamsaidia?

Bi. Fatuma anapewa msaada wa shingo upande na wavulana.
Mmoja wao anataka kuondoka. Mwingine analalamika kuwa jua
ni kali. Anamshauri avue shati. 'Jifunge kilemba kichwani huta-
sikia joto kwa namna hiyo.' Nikiwa naelekea nyumbani kumtaarifu
Kuruthumu, namuona Maalim Juma akivaa kanzu yake akielekea
msikitini.

23 June, 1985. Mchana.
Kuruthumu yupo bado kalala barazani. Biubwa anapika. Kitoto
kichanga cha Rukia kipo pia. Rukia amekuja kusaidia tena. Fatuma
amepata msaada wa wanawake wawili kwa hiyo watu wanne wana-
vuna na wanategemea kumaliza siku hiyo.

Rukia anaoneka amechoka na joto limezidi. Alitembea karibu
maili 5 kutoka Bweni na kitoto mgongoni, ametumia muda wote
wa asubuhi akivuna huku akiwa amefunga - akilipia siku za
Ramadhan kama ilivyo kwa wanawake wengi ambao huwajibika
kulipia siku zile wanazokuwa hedhini.

Rukia anamwomba Kuruthumu ampe nguo zake chafu azifue.
Kwanza anamnyonesha mtoto wake.

Rukia: Nataka kumwachisha ziwa mwezi huu.

Pat: Kivipi?

Rukia: Nitapaka pilipili kwenye chuchu.

Kuruthumu: Nilijaribu kufanya hivyo kwa mwanangu mmoja haik-
ufanya kazi.

Rukia: (kwa mtoto) Huoni haya mtoto wa kike mzima bado unataka
kunyonya? (kwangu) Huyu ni wa mwisho, sitaki tena watoto
wengine. (alipata watoto wanne kwa mume wa kwanza na alipata

watoto wawili wa kiume ambao walifariki na watoto wawili wa kike kwa mume wa pili).

Pat: Utatumia njia za uzazi wa mpango?

Rukia: Ndiyo, nitaenda kliniki.

Namsindikiza Rukia tandani kufua nguo na njiani namuuliza kuhusu talaka yake.

Rukia: Sina hasira au uchungu tena. Lakini muda ule. Fikiria tuliishi ndani ya ndoa miaka 17.

Pat: Hivi kwa nini wanaume wanapenda kuoa mke zaidi ya mmoja?

Rukia: Sijui kwa nini, nashindwa kuelewa. Lakini sheria inasema hivyo. Pengine ni kwa ajili ya kuziba pengo pale ambapo mwenzio hayupo au ukiwa mjamzito unajazia. Si kwamba sifahamu adha ya mitala, mimi nimo humo sasa.

Pat: Vipi mnaelewana na mumeo?

Rukia: Ndio, ni mtu mzuri na hatuna migogoro yoyote hadi sasa. Ana boti na huwa anakwenda Dar kuuza samaki. Nilikuwa namfahamu hapo zamani lakini si kwa undani.

Ananiuliza kuhusu watoto wangu, ndoa kwetu, na mazao na kilimo Uingereza. Akaniambia kuwa anataka kuondoka saa 9 mchana kuelekea Bweni kwa miguu awahi kupika chakula cha jioni.

Nikarudi nyumbani namkuta Maalim Juma akifundisha watoto wa madrasa Kurani. Wavulana wawili wakitwanga mpunga. Niliwauliza iwapo walikwenda kusaidia kuvuna kondeni na wakanijibu kuwa hawakuitwa kufanya hivyo.

27 Juni, 1985.

Kwa kipindo hicho Kuruthumu amelazwa Kilindoni. Niliondoka na baba yake kwa usafiri wa lori la Bweni kuelekea huko mjini. Maalim Juma alichukua kiroba cha mpunga. 'Kama ukienda mjini ni vyema kuchukua zawadi ya chakula kama hiyo kwa wenyeji wako.' Alipanga kukaa siku moja katika ziara hiyo.

Kuruthumu amelazwa hospitalini, mapigo ya damu na edema ni chini lakini kifua bado kilikuwa kinamsumbua. Amechoshwa na hali ya huko na akaniuliza iwapo ninafikiri kuwa anaweza

kutolewa hospitali kabla ya kujifungua. Nikamjibu kuwa uweze-
kano huo ni mdogo.

5 Julai, 1985. Asubuhi.
Maalim Juma yuko barazani, akipanga namna ya kwenda Kilin-
doni. Nampa barua za kuposti. Rukia amekuja kutoka Bweni
tangia usiku wake. Amekuja na watoto wake wote. Anatengeneza
mafuta ya nazi na ananionesha namna ya kuyatengeneza.

Pat: Kumetokea nini tena?

Rukia: Mume wa Kuruthumu amekwenda Kilindoni pamoja na
mama yake. Baba naye amekwenda kupeleka chakula zaidi. Mimi
nitaenda Jumatatu kumwona.

Pat: Utaweza pia kuchukua vidonge vya uzazi wa mpango utaka-
pokuwa Kilindoni (kwa kuwa ananyonesha mtoto kuna uweze-
kano mkubwa wa kushika mimba nyingine).

Rukia: Hapana, ninataka mtoto mwingine wa kiume. Nina wanaume
wawili tu (na pia hana mtoto wa kiume kwa mumewe wa sasa).

(Wiki iliyofuatia hakuna kilichotokea cha kuweza kunukuu.
Kuruthumu bado hajajifungua na ndugu wakipishana kwa zamu
kumtembelea mgonjwa hospitalini. Mama yake Bi. Fatuma alibaki
hukohuko Kilindoni.)

12 Julai, 1985.
Natembelea nyumbani kwa Maalim Juma wakati wa alasiri.
Ananipa habari kuwa jamaa wameenda hospitali na kukuta hali
ya Kuruthumu ikiwa bado haijatengemaa. Mumewe naye yupo
amekuwa akienda mara kwa mara kumwangalia.

l5 Julai 1985. Kilindoni.
Kuruthumu ametoka hospitali kwa muda anajisikia nafuu kidogo.
Mama yake yupo naye huko mjini kwenye chumba cha kupanga,
akilalamikia namna siku zinavyozidi za kukaa huko.

Fatuma: Nilitaka harusi ya Biubwa ifanyike mwezi huu lakini kwa
sasa haiwezekani. Sijaweza hata kusuka mkeka mmoja.

Baada ya kurudi Kanga, Rukia ananitembelea. Amekuja mazishini
na atalala kwani mumewe hayupo amesafiri. Anasikitika kuwa
sijapata bahati ya kukutana naye na haitakuwa rahisi kukutana

naye kwani atakaporudi mimi nitakuwa nimekwisha kuondoka. Anakusudia kumwacha mtoto wake kwa mama mkwewe kwani amuachisha ziwa sasa. Ananiomba picha ya binti yangu na pia kunitaka niende nikawapige picha watoto wake.

21 Julai 1985.

Napokea ujumbe kutoka kwa Maalim Juma kwamba Kuruthumu amepata watoto mapacha, mmoja wa kiume amekufa na wa kike bado yuko hai.

Narudi tena nyumbani kumkuta Rukia akipika na kuongea na ndugu wa kiume ambaye ndiyo karibu amefika kutokea Kilindoni na habari kuhusu hali ya Kuruthumu kuwa bado si nzuri lakini si ya kutisha sana.

23 Julai 1985.

Maalim Juma anakuja kunitaarifu kuwa Kuruthumu amepata ahueni na ameshatoka hospitalini. Anahitaji msaada wa lifti kurudi Kanga. Kwa vile nami niko karibuni kuondoka, napeleka ujumbe kwa dereva wa Land Rover iliyokuwa ije kunichukua kunipeleka uwanja wa ndege impitie wakati wa kuja Kanga.

26 Julai 1985.

Biubwa anakuja kuchukua zawadi zake za harusi kutoka kwangu. Ananipa zawadi ya mkeka kutoka kwa bibi yake. Jioni yake babu yake anakuja kuondoa vitambaa vya meza ambavyo atavitumia baadaye kutengenezea suruali yake.

27 Julai 1985.

Land Rover inakuja kunichukua na kuwaleta Kuruthumu, mtoto mchanga na Fatuma. Tunaonana kwa muda mfupi na kuagana.

Miaka mitatu baadaye napokea barua kutoka kwa Mikidadi na habari za kusikitisha:

25/8/88. Mimi nipo hapa Mafia tangu tarehe 19/8/88 na ninaondoka hapa kwenda DSM 27/8/88. Nimekuja hapa kwa ajili ya kifo cha Sister Rukia Juma aliyefariki 12/8/88 akazikwa 13/8/88 Jumamosi. Baba, Mama, Watoto na jamaa WANALIA SANA. DADA RUKIA amefariki kutokana na UJAUZITO. Alifariki kabla ya kuzaa. Wanasema mtoto alikufa kwanza.

Siamini lakini ilibidi niamini. Rukia aliyekuwa hataki kuzaa tena aliamua azae tena ili kumpatia mumewe mtoto wa kiume. Rukia,

mpole na mtu rahimu. Nakumbuka mara kadhaa kwenye mwaka
1985 alivyokuwa akitembea karibu maili 5 kutoka Bweni hadi
Kanga huku kambeba mtoto wake mgongoni na akiwa ndani ya
saumu ili kuja kumsaidia mama yake na mdogo wake. Nakumbuka
mazungumzo yetu alipokuwa kisimani akifua na huku akielezea
maisha yake kwa ujumla kuanzia masuala ya ndoa, talaka, kuolewa
tena, na uzazi. Maisha yake kwa ujumla hadi kifo chake ni picha
halisi ya nini haswa maana ya kuwa mwanamke kijijini Kanga na
sehemu mbalimbali za Tanzania.

Mikidadi katika Miaka ya 1980

Mikidadi anaendelea na kazi yake ya Halmashauri ya Jiji lakini
akiwa na shauku ya kujikwamua kimaisha kwa kujiongezea kipato
kwa njia mbalimbali. Alikusudia kupata mashine ya boti ili aweze
kuingia katika biashara ya uvuvi. Mashine hizo zilikuwa bei ghali
na ilitakiwa inunuliwe nchi za nje. Alikuwa na muda mchache wa
kutembelea Mafia lakini alikuwa akinihabarisha matukio mbalim-
bali ya huko hususan habari za watu waliotutoka duniani.

Mwanzoni mwa 1986, Mikidadi alipata majukumu zaidi ya
kifamilia:

29/3/86. MAFIA: Mpaka sasa sijaenda Mafia. Na tarehe 17/1/86 nimem-
pokea Shangazi, dada yake baba, ameambiwa aje DSM Muhimbili hospi-
tali kwa matibabu. Tarehe 26/1/86 alifanya operation ya jicho la kulia na
tarehe 11/2/86 alifanyiwa operation ya jicho la pili. Sasa hali yake ni nzuri
na anaona. Tarehe 7/4/86 nitampeleka tena Muhimbili kumpima kuhusu
tumbo na nadhani atapasuliwa pia. Pale Muhimbili alilazwa wiki nne tu.

Sifa ya Mikidadi ni kwamba mbali ya kuwa 'mtu wa watu' lakini
pia alikuwa mcheshi na mwenye mvuto na ushawishi. Pata picha
namna alivyoweza kuzungumza na kuwashawishi madakatari na
wauguzi wampatie Shangazi yake matibabu yanayostahiki.

Mapinduzi ya Iran yalileta vuguvugu la aina yake kwa Uislamu
duniani haswa katika nchi kama Tanzania na kwa mtu wa kawaida
kama vile Mikidadi. Irani ilikuwa inasambaza magazeti ya Kiswa-
hili na yalikuwa kichocheo cha ushawishi wa mwamko wa uislamu
Tanzania. Ingawaje kulikuwa na mipaka katika kiasi cha ushaw-
ishi haswa kutokana na kuwa Wairani ni Mashia na Waislamu wa
Tanzania wengi wao ni wa madhehebu ya Suni, Mikidadi alijiunga

na umoja wa vijana wa wakiislamu katika mwaka 1982 na kucha-guliwa kuwa katibu wake hadi 1985. Nadhani aliichukulia nafasi hiyo ni ya kudumu na yenye ajira ambayo ingemuwezesha kuacha kazi ya Halmashauri ya Jiji yenye ajira haba. Nadhani lengo hilo halikutimia na hivyo hakuona umuhimu wa kuendelea na kazi hiyo.

Mwaka uliofuatia aliacha kazi ya Halmashauri ya Jiji na kuhamia sehemu nyingine:

10/5/87. Mimi sasa ninafanya kazi ktk Private Company moja ya Wahindi na Wazungu inayoitwa NCG Chemical Industries. Mimi ni Farm Manager katika Kampuni hiyo. Tunaotesha minazi ('high bride') aina ya 'azadirachta' kutoka India na kadhalika. Anwani yangu mpya ni Box 6660 NCG Chemical Industries Ltd. DSM. Tel. 25200. Ninakuwa ofisini siku mbili tu kwa wiki – yaani ijumaa na juma mosi. From Monday to Thursday ninakuwa field. Hapa ninalipwa vizuri kuliko pale serikalini.

Katika barua hiyo ananihabarisha kuwa alisafiri kwenda Kanga na familia yake kuhudhuria harusi ya binti ya Rukia aitwaye Biubwa ambayo ilifanyika miaka miwili tangu ilipopangwa kufanyika:

ARUSI YA Biubwa (mjomba wetu) imeshapita na ilipita kwa sherehe kubwa mno. Watu walikuja wengi sana na walicheza na kufurahi sana.

Aliniomba pia nimfanyie mpango wa udhamini wa masomo Uingereza kama alivyoandika katika barua ifuatayo ambapo amechanganya Kiingereza (sehemu iliyopigiwa mstari) na Kiswahili:

12/1/88. Mimi sasa nataka pia kusoma. Je huko inawezekana ukanipatia Scholarship ya masomo yanayohusu Kilimo, Misitu, Dini Islam au related to these. Please do it for me if possible.

18/5/88. Mimi ni form 4 leaver na nina Diploma in Forestry awarded class II, working experience 10 yrs. Kama copy ya certificate zangu unazihitaji nitakuletea. Kozi ninazozipenda ni Diploma in Forest Management or Bsc in Environmental Forestry. Nitatuma maombi chuo cha Bangor baada ya kupata jibu lako.

Nilijua fika kuwa si rahisi kwa Mikidadi kupata udhamini wa masomo nchini Uingereza kutokana na kuwa na kiwango cha kidato cha 4 tu na diploma ya kilimo. Nilifanya jitihada za kuwasiliana na vyuo ambavyo niliona vinaweza kufikiria kumchukua kwa kigezo cha uzoefu. Vyuo kadhaa vilionesha nia lakini hakuna ambacho kilichokubali kumchukua. Alikwenda katika ofisi za kituo cha utamaduni cha British Council cha mjini Dar kupata ushauri zaidi. Lakini nao walimweleza kuwa nafasi zimejaa ajaribu mwaka unaofuatia.

22/7/88. Sister nashukuru sana kwa jitihadi ulizofanya katika kunitafutia nafasi ya masomo na "sponsor" ingawaje bado bahati ni mbaya. Mimi nitaendelea kuwaona pale British Council na kuwaomba. Na nitakuwa ninakuelezea.

Baadaye nilikuja kujua kuwa Mikidadi aliamua kujiuzulu kazi yake yenye kipato cha nafuu ya kampuni ya NCG Chemical mwaka 1987 ili apate muda wa kumhudumia baba yake aliyekuwa akisumbuliwa na macho. Waajiri wake walichoka kutoa ruhusa za mara kwa mara hivyo wakamtaka achague moja kati ya kazi ama kumhudumia baba yake. Aliamua kuacha kazi kupata muda zaidi wa kumhudumia baba yake na kuangalia familia hususan masomo ya watoto. Akiwa katika umri wa miaka zaidi ya thelathini na ushei haikuwa rahisi kwake kupata kazi ya ajira tena. Shauku yake ya kusoma nayo ilikoma na kwa sasa aliweka nguvu zake katika kuwapa elimu watoto wake.

Akiendelea kukabiliwa na majukumu na mzigo wa kulea, Mikidadi ilibidi atafute njia zaidi za kujiongezea kipato. Aligeukia mradi mwingine:

21/10/88. Nitafungua biashara yako mwezi ujao. This will be for Stationeries and Secretarial Services. Kuhusu Secretary bado nina shida ya Typewriter. Je ile uliyokuwa unatumia pale Kanga bado ipo? Mimi hata Recondition itasaidia sana. Biashara yangu inajulikana kwa jina la CHANGWA GENERAL ENTERPRISES.

Na katika barua iliyofuatia alisema:

16/4/89. Salaam. Mimi pamoja na watoto wote hatujambo. Nashukuru kupata barua yako ya tarehe 25/1/89 ambayo umesema utaniletea mashine ndogo ya kuandikia (typewriter). Natumai ikifika itasaidia sana. Anuani yangu bado ni ile ile na simu yetu ni 25200 office.

Barua iliyofuatia alieleza sababu za kufungua duka la stationery:

MASOMO - a) Kutokana na hali ya wazee walivyo mimi nashindwa kwenda mbali kwa masomo sasa. Kwa hiyo nimeona bora nisome hapa hapa DSM au popote Tanzania.

b) Nimeamua nifanye biashara ya stationeries ambayo ni pamoja na uuzaji wa Vitabu mbali mbali vya Kiswahili, Kiingereza, Hadithi na vya dini (uislamu na ukristu). Biashara hii inaonesha italipa, ingawaje 'Capital' niliyoanza nayo ni ndogo sana (T.Sh. 36,000). Kwa hiyo kama unaweza kunisaidia, tafadhali nijulishe.

Siku hizi nafanya kazi za contract za kilimo/misitu. Na naendelea kusoma. Najifunza zaidi masomo ya STORES. Itakuwa bora pia kama nitaweza kupata vitabu vya aina mbalimbali ili niweze kuuza. Je itawezekana nipe habari.

Kwa kujikita katika kilimo na misitu, Mikidadi alimaanisha kuwa atajihusisha na kusimamia minazi na kupanda miti ikiwemo michungwa. Kwa upande wa Dar shughuli za stationery na duka la vitabu ilimaanisha kuwa aliweza kuweka mguu mmoja Kanga na mwingine Dar.

Hitimisho

Kwa namna uchumi wa Tanzania ulivyokuwa unadorora ndivyo na maisha ya watu wake waishio mijini na vijijini yalivyozidi kuwa magumu katika miaka ya 1980. Serikali ilishindwa kutoa huduma za kijamii kama vile afya, elimu na ujenzi wa miundombinu, huku bei ya vitu kutoka nje ikipanda na bidhaa za ndani zikipungua bei. Katika kisiwa cha Mafia, kama ilivyo sehemu nyingine, watu iliwabidi walipie gharama kubwa ya chakula na pia huduma za shule na matibabu ambazo nazo zilibidi ziwe na ada kama sharti mojawapo la marekebisho ya kiuchumi. Mishahara ilikuwa ya chini na pia ajira ilipungua na mashirika mengi ya umma yaliuzwa na wawekezaji binafsi.

Watumishi wa serikali kama vile Mikidadi wamejikuta wana kipato kidogo na kushindwa kutosheleza matumizi ya nyumbani, mzigo wa kulipia ada za shule ulimwelemea. Mikidadi haku-katishwa tamaa na matatizo yanayomkabili. Alizidi kuweka matu-maini ya kufanikiwa katika kujiendeleza katika elimu. Aliweka mbele matatizo ya wengine kuliko yake, ugonjwa wa baba yake ulimfanya apoteze kazi yake na huku akitakiwa ahudumie familia iliyokuwa chini yake kimalezi na kielimu. Anapoacha kazi huku akiwa na elimu duni kupata nyingine inakuwa ni vigumu haswa ukitilia maanani kuwa kuna ushindani mkubwa na vijana wenye ujuzi na nguvu katika soko la ajira. Kujiunga kwenye biashara na ajira binafsi nako kunahitajia mtaji mkubwa ambao nao si rahisi kuupata.

Sura hii imeelezea pia sehemu ya maisha ya dada zake Mikidadi, ambao hawakubahatika kupata elimu, na wote wamejikuta wakipewa shinikizo la kuzaa watoto wengi katika mazingira yenye huduma za tiba zinazopatikana kwa taabu. Kwa upande wa Kuruthumu, imembidi alazwe kwa muda mrefu katika hospitali ya Kilindoni na kuhitajia msaada wa mali na hali kutoka kwa ndugu zake wa damu na hivyo kuwatwisha mzigo mzito wa majukumu. Kwa upande wa Rukia, ilishindikana kuzuia kifo chake kwa kule kukosa huduma za tiba wakati wa kujifungua mtoto wake wa mwisho.

Dada mkubwa wa Mikidadi, Rukia na mabinti zake wawili kwa mume wake wa pili, Bweni 1984

Sura ya 4

Mikidadi na Harakati za Kimaisha na Ushiriki wa Kisiasa Miaka ya 1990

Mikidadi na wagombea wengine wawili wakisubiri matokeo ya kura ya kuchagua diwani wa Kanga na Bweni 1994

Usuli wa Tanzania

Kuimarika kwa sera ya ubinafsishaji na kuibuka kwa matatizo ya Muungano Zanzibar katika miaka ya 1990

1990. Tanzania yashusha thamani ya shilingi na kupokea mkopo wa dola1.3 bilioni. Baraza la Mawaziri lavunjwa na Rais; sera ya uwekezaji yaanzishwa

1991. Majadiliano ya kuanzishwa kwa mfumo wa vyama vingi

1991. Uchaguzi wa taifa na CCM kuwa madarakani

1991. Azimio la Zanzibar la kupiku Azimio la Arusha la mwaka 1967

1992. Kuanzishwa mfumo wa vyama vingi na uandikishwaji wa vyama 12 vya kisiasa

1992. Waislamu wabomoa mabucha ya nguruwe Dar es Salaam na vuguvugu la mivutano ya kidini

1994. Mauaji ya kimbari ya Rwanda na uhamiaji wa makundi ya wakimbizi nchini Tanzania. Uchaguzi wa Zanzibar waingia dosari Mkapa awa raisi

1997. IMF inaidhinisha mkopo mwingine mkubwa

1998. Vurugu za kidini msikiti wa Mwembechai ambapo baadhi ya waandamanaji wauawa na polisi

1998. Mashambulizi ya mabomu ubalozi za Marekani jijini Dar na Nairobi

1998. Kushindwa uanzishwaji wa ufugaji wa kamba kwenye bonde la mto Rufiji

1999. Viongozi wa chama cha CUF (Civic United Front), watiwa kizuizini mjini Zanzibar kwa uhaini. Baadaye wakubaliana kuingia Mwafaka Zanzibar

Usuli wa Mikidadi

1991 Kuasisiwa kwa CHAMAMA

1994 Kifo cha baba yake Mikidadi, Maalim Juma Kombo, mwezi wa Februari

1994. Ziara ya nne ya Pat mwezi wa June-August

1994. Mikidadi ashiriki uchaguzi wa udiwani

1994. Mikidadi aongozana na Pat na watoto wake katika safari kaskazini mwa Tanzania

1995 Kifo cha mama yake Mikidadi, Bi. Fatuma Bakari

Utangulizi

Sura ya 4 inahusu kipindi cha miaka ya 1990, kipindi ambamo Mikidadi anafiwa na wazazi wake wote wawili na pia anajiingiza katika masuala ya kisiasa kwa kuanzisha asasi binafsi ya CHAMAMA mwaka 1991 na kugombea nafasi ya udiwani mwaka 1994. Wanaharakati wa CHAMAMA ni wana Mafia waishio Dar na Mafia ambao wana mwamko wa maendeleo na wengi wao wana elimu angalau ya Sekondari na zaidi. Mkakati wao mkuu ni kukifanya kisiwa cha Mafia kipige hatua zaidi za kimaendeleo kuliko ilivyo kipindi hicho. Shinikizo la kwanza katika kampeni yao ni uanzishwaji wa Sekondari kisiwani Mafia. Walifanikiwa kupata ufadhili kutoka NGO ya CARE kwa ajili ya msaada wa kuhudumia miradi

ya UKIMWI. Lakini zaidi ya hayo, Mikidadi alijitahidi kuhama-
sisha uundaji wa vikundi vya kujitegemea akiamini kuwa kufanya
kazi kwa vikundi kuna tija zaidi kuliko mtu mmojammoja. Alip-
inga mipango ya kuuza ardhi ya pwani kwa ujenzi wa mahoteli ya
kitalii akiamini kuwa kufanya hivyo ni kutatua matatizo kwa muda
mfupi lakini athari zake ni za muda mrefu kiutamaduni na kijamii.

Mikidadi aliona kuwa njia nzuri ya kusaidia kuleta maendeleo
ya Mafia ni kujiunga na shughuli za kisiasa kwa kugombea kiti cha
uwakilishi wa udiwani wa Kanga na Bweni ambako alishindwa
kwa kura chache. Aliona kuwa ni vigumu kuleta mabadiliko
kutoka kwa wahafidhina. Katika muongo huo Mikidadi anaongeza
bidii ya kutanua madrasa aliyoachiwa na baba yake ili yawe chuo
kikubwa cha ufundi chenye majengo ya matofali.

Nilitembelea Tanzania kwa mara ya nne mwaka 1994 na kuku-
tana mara kwa mara na Mikidadi na familia yake mjini Dar es
Salaam na Mafia na pia Zanzibar. Mwishoni mwa ziara yangu ya
utafiti, tuliondoka mimi na yeye pamoja na watoto wangu kutem-
belea mbuga za wanyama zilizo Arusha karibu na chuo misitu
aliposomea.

Tanzania katika Miaka 1990

Hatimaye mwaka 1990, Mwalimu Julius Nyerere anajiuzulu
uenyekiti wa chama na miaka mitano baadaye uchaguzi wa kwanza
wa vyama vingi unafanyika. Sera za soko huria zimepamba moto na
pengo kati ya walionacho na wasionacho linazidi kukuwa. Katika
ziara yangu ya 1994, nilishangazwa kuona majumba ya kifahari
yakijengwa na matajiri jijini Dar es Salaam na kuona kwa mara ya
kwanza makundi ya watoto wa mitaani katika miji ya Tanzania.

Mwaka 1998, Nyerere alifanya mazungumzo na kiongozi wa
Benki Kuu huko Washington. 'Kwa nini Watanzania wameharibu
kiasi hicho?' aliulizwa na wataalamu wa Benki waliodokeza kuhusu
mwenendo wa kiuchumi wa Tanzania. Nyerere alijibu: 'Wakoloni
wa Kiingereza walituachia nchi ikiwa na 85% ya watu wasiojua
kusoma, wahandisi wawili, na madaktari kumi na mbili. Nilipoa-
chia madaraka tulikuwa na 9% tu ya wasiojua kusoma na kuan-
dika na maelfu ya wahandisi na madaktari. Nilijiuzulu uongozi wa

serikali miaka 13 iliyopita. Muda huo kipato cha mtanzania kwa mwaka kilikuwa mara mbili ya kilivyo hivi sasa. Sasa tuna mtoto mmoja kati ya watatu ambao wamekosa shule. Wakati huduma za afya na kijamii ziko katika hali duni. Tanzania imefanya kila ilichoamrishwa na Benki ya Dunia na IMF katika kipindi hicho cha miaka 13. Nyerere akawageukia wataalamu wa mabenki na kuwauliza: 'Kwa nini mmeharibu kiasi hicho?' (kutoka katika mawasiliano ya Ufaransa ATTAC - *Association pour une taxation des transactions financiers pour l'aide aux citoyens*).

Ingawaje Tanzania ilikuwa ni nchi inayopokea misaada ya moja kwa moja kutoka nchi na mashirika mbalimbali ya kimataifa, katika miaka ya 1990, mfumo mpya wa asasi binafsi uliibuka. Baadhi ya asasi hizo ni za ndani, nyingine ni za kimataifa, ambazo zilikuwa zinatafuta ufadhili nje kwa miradi mbalimbali ya kimaendeleo. Mashirika mengi ya misaada yanatoka nchi za magharibi na pia baadhi yao ni kutoka katika vyama vya misaada ya Kiislamu kutoka nchi za kiarabu. Mikidadi na watu wengine wenye mwanga wa elimu walijiingiza katika harakati hizo za kuanzisha asasi binafsi za maendeleo ya jamii.

Mafia katika Miaka ya 1990

Kwa upande wa Mafia na pia sehemu nyingine za Tanzania sekta ya utalii ilianza kupanuka. Hoteli mpya mbili za kiatalii zilianzishwa sehemu za Utende (Polepole) na kisiwa cha Chole (Chole Mjini). Sekta ya uvuvi nayo ilitanuka na kuzuka kwa tishio la uvuvi haramu wa mabomu uliokuwa ukiharibu matumbawe uliokuwa ukifanywa na wenye maboti kutoka nje ya Mafia. Mwaka 1994, kulianzishwa Hifadhi ya Bahari ya Mafia (MIMP – *Mafia Island Marine Park*) ambayo mipaka yake iko karibu nusu nzima ya kisiwa cha Mafia. Ilifadhiliwa na NORAD (shirika la msaada wa Norway) na *World Wildlife Fund for Nature* (WWF). Kwa msaada wa mashirika hayo, hospitali ya Kilindoni ilikarabatiwa mwanzoni mwa muongo wa 1990. Uanzishwaji wa shule ya Sekondari ulikamilishwa mwaka 1994. Kiwanda kidogo cha kusindika samaki kinachomilikiwa na Wagiriki na Watanzania kilianzishwa Kilindoni. Baadaye kiliuzwa kwa kampuni kubwa ya Kenya iitwayo Tanpesca. Hali ya kiswa cha

Mafia bado ni duni, watu wengi hawakuwa na huduma za maji na umeme, barabara ziko katika hali mbaya na hazipitiki kwa urahisi haswa wakati wa majira ya mvua na usafiri kwa ujumla kutoka na kuingia Mafia kulikuwa ni kwa shida mno.

Kuanzishwa kwa NGO ya CHAMAMA

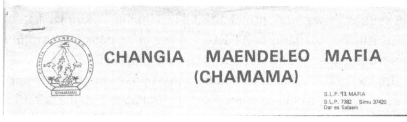

Ilikuwa wazi kuwa ni vigumu kwa Mikidadi kupata ajira katika sekta rasmi katika miaka ya mwanzo ya 1990. Hata hivyo kuibuka kwa asasi binafsi kulitoa nafasi nyingine kwa Mikidadi. Alin-iandikia barua, nusu kwa Kiingerza, nusu ka Kiswahili, ya kuwa baadhi ya Wamafia waishio Dar na Mafia wameanzisha asasi ya CHAMAMA:

20/10/90. DAR-MAFIA: Watu wa Mafia tunaoishi Dar es salaam na sehemu nyingine tumeanzisha chama cha maendeleo kinachoitwa CHANGIA MAENDELEO MAFIA. Mimi nimechaguliwa kuwa General Secretary and Mr Kimbau (Mbunge wa Mafia) is our Patron. Tumeanza kuchangia kwa ajili ya shule ya Sekondari and Mr J. Stanley is one among the committee members for this Secondary school building project.

Mimi as a General Secretary nina Ofisi 2: one in Dar es Salaam and another in Mafia which is the headquarters (HQ). Kwa hiyo siku hizi ninaishi Dar na Mafia. Wazee wanapenda mimi niishi Mafia as they are getting old enough and they need to be taken care of (sababu wanazeeka na wana-hitaji huduma).

Tulipokutana mwaka 1994, niligundua kuwa idadi kubwa ya wakazi wa Mafia waishio Dar na huko Mafia wamechoshwa na hali duni ya maendeleo ya wilaya yao hususan ukosefu wa shule ya Sekondari.Walipigania kupatikana kwa shule angalau moja na mwishoni serikali ilisikia kilio chao na kuamua kuigeuza shule ya msingi ya Kitomondo nje kidogo ya Kilindoni kuwa Sekondari ya kwanza kisiwani Mafia. Shule ilifunguliwa miezi michache kabla ya kufika kwangu Mafia kati ya mwaka 1994. Mikidadi aliridhishwa na hatua hiyo iliyofikiwa.

Mikidadi alioniomba kuwa miongoni mwa wanachama wa CHAMAMA, na mimi bila ya kusita nilikubali ombi hilo na hivyo kadi yangu kuonesha kuwa, ni mwanachama nambari 42, jina langu, anuani yangu na picha yangu. Mbele ya kadi kuna logo ya CHAMAMA yenye samaki, boti, nyumba, na mnazi. (see illustration).

Mikidadi aligundua kuwa katika mazingira ya uchumi huria yaliyoanza miaka ya 1990, uanzishaji wa NGO au asasi za kijamii ni njia ya kuleta maendeleo katika jamii na haswa kwa kuwa misaada inatoka moja kwa moja kutoka kwa wafadhili nje. Aliniambia kuwa: 'kwa kule kukaa nje ya kijijini kwa muda mrefu na baadaye kurudi, ninaona kwa mtazamo mpya namna gani umasikini, kukosa maendeleo kulivyo na ipo haja ya kukabiliana na kushiriki katika kubadilisha hali hiyo.'

CHAMAMA haikujishughulisha tu na elimu. Mikidadi alinieleza kuwa wameanzisha vikundi mbalimbali kisiwani hapo. Kijijini Kanga kuna vikundi viwili vya uvuvi na kilimo pamoja na kikundi chake kiitwacho 'Nyundo' ambacho kilikuwa kinajishughulisha na uchimbaji vyoo. Wanachama walioruhusiwa kuijunga na kikundi hicho ni wale tu walio na vyoo vya shimo. Mikidadi alikuwa na shauku pia ya kuwataka watu wachemshe maji kwa kugundua kuwa idadi kubwa ya watu wa kisiwa cha Chole kusini mwa Mafia na wale wa Bweni, kaskazini mwa kisiwa cha Mafia hufa kwa kuharisha damu. Alitaka kujishughulisha zaidi na miradi ya maji safi na salama.

Mikidadi pia alinieleza kuwa watu wengi wa Kanga wamekubali kuuza ardhi zao karibu na pwani kwa mwekezaji anayetaka kujenga hoteli ya kitalii:

3/6/97. KANGA: Baadhi ya watu wamekubali kuuza minazi yao ili kujengwe Hoteli ya kitalii. Watu wengine bado wamekataa. CHAMAMA imejitahidi sana kuwaeleza wasikubali lakini UMASIKINI na njaa vimewafanya wakubali kuuza. Mimi SIKUFURAHIA hata kidogo,

Hadi kufikia muda huo, asasi ya CHAMAMA ilikuwa imetimiza miaka mitatu na Mikidadi yupo mwishoni mwa kumaliza muda

wake wa ukatibu mkuu. Na ingawaje alitaka kuachia madaraka,
aliombwa aendelee. Sikushangazwa na hilo kwani alijibidiisha
na kujitolea kuisukuma mbele asasi hiyo. Niligundua pia kuwa
Kiingereza chake kilikuwa kimeanza kupevuka. Alimudu kusoma
na kujadili makabrasha mbalimbali pamoja na yale ya NGO za
kimataifa. Mikidadi alinieleza kuwa yupo katika mawasiliano na
Chama cha Misaada cha Kiholanzi kilichoonesha nia ya kukisa-
idia CHAMAMA kifedha. Wafanyakazi wa Asasi hiyo ya Kiholanzi
walipanga kuwatembelea CHAMAMA huko Mafia mnamo mwezi
Agosti. Nilifurahishwa kukuta kuwa aliweza kuwasiliana nao kwa
faksi kwa Kiingereza kwa msaada wa Ubalozi wa Tanzania mjini
Hague na mwananchi mmoja wa Mafia aishie Dar ambaye alikuwa
na kompyuta.

Ili kufanikisha ziara ya waujumbe huo, Mikidadi alihitaji fedha
za maandalizi. Hivyo aliandaa tamasha la taarabu huko Kanga
kwa ajili ya kukusanya michango ya kuwezesha kuupokea ujumbe
huo. Nilikuwa Kanga kijijini kipindi ambacho taarabu hiyo ilikuja
kutumbuiza. Na niliandika katika shajara yangu tarehe 6 Agosti
kama ifuatavyo:

Walikuja na genereta na amplifaya, kwa kuwashia taa. Watu
walianza kidogokidogo kukusanyika mpaka wakawa tele. Bendi
ilikuwa na udi mbili (moja ikiwa imeunganishwa katika ampli-
faya), ngoma, gitaa la besi, kinanda cha umeme na mmoja alikuwa
anagonganisha vibao viwili. Kulikuwa na msheresheshaji aliyekuwa
akitambulisha kila wimbo na muimbaji wake. Nusu ya waimbaji
walikuwa ni wanawake waliovaa nguo za kisasa zilizonakshiwa
vizuri. Nilikuwa nimekaa katika meza ya mbele ya wageni rasmi.
Ilikuwa na mabenchi mawili na meza kubwa moja. Nyuma yake wali-
kuwa wamekaa viongozi wa kijiji. Kulikuwa na mabenchi mengine
kwa watu mashuhuri kama vile mke wa Mikidadi aliyevaa nguo
iliyompendeza vizuri. Ukumbi ulikuwa na kila aina ya bashasha
na furaha na watu walikuwa wakijimwaga ukumbini kucheza,
kuimba na kutunza kwa kila mwimbo uliopigwa. Nilikadiria
utunzaji ulikuwa kiasi cha shilingi 500 kwa kila mwimbo. Baada
ya nyimbo kama tano hivi, msheresheshaji alimtambulisha Miki-
dadi aliyetumia fursa hiyo kuelezea madhumuni ya tafrija hiyo,

alitumia pia fursa hiyo kunitambulisha na nilipata fursa ya kutoa hotuba kidogo ya kuwahimiza watu kuchangia ambapo katika mchango huo kulikusanywa kiasi cha shilingi 6750/- ambazo kati ya hizo nilichangia 5,000/-, hii inamanisha waliokuja walichangia kiasi cha 1750/- kwa ajili ya ugeni wa watumishi wa msaada. Pesa za tuzo (fupo) zilienda kwa wapiga muziki. Mikidadi alimwomba mwenyeketi wa kijiji kutoa shukrani kwa hotuba yangu na akafanya hivyo. Nilimkabidhi Mikidadi michango na kubaki kidogo katika tamasha kabla ya kuondoka usiku wa manane. Taarabu ilipigwa hadi majogoo.

Mikidadi ndiye aliyefanya matayarisho yote ya shughuli nzima: aliandaa lori la kuwakuchukua na kuwarudisha wanamuziki na vyombo vyao, aliwaandalia chakula cha jioni, aliweka genereta la kuhakikisha kuwa kunakuwa na umeme kwa ajili ya vyombo vya muziki na kutoa mwanga usiku kucha. Aliwatumia watu mbalimbali mwaliko na aliniomba niwe mgeni rasmi. Nilimshukuru kwa hilo katika hotuba yangu.

Nataka kutoa shukrani kwa kupewa heshima ya kuwa mgeni rasmi katika taarabu hii ya leo. Naona kwamba leo Kanga pamekuwa kama Kilindoni; kuna umeme, na watu wamefurahi, na mimi nafurahi vilevile kuwasikiliza ndugu zetu wa Kilindoni wanavyopiga vizuri taarabu.

Ndugu yetu Mikidadi Juma Kichange amekwisha tueleza kwamba sababu ya kutuletea taarabu hapa ni mbili: ya kwanza kuwaburudisha watu wa Kanga, na pili kuchangia fedha ili CHAMAMA (Chama cha Changia Maendeleo) Mafia kiweze kupokea wageni kutoka Holland, na kuwaonesha matatizo yetu.

Ndugu yetu Mikidadi Juma Kombo amefanya kazi kubwa kuleta taarabu hapa leo, lakini hii si kazi ya kwanza ya mafanikio ya CHAMAMA, sababu, kama unavyojua, wamefaulu katika mpango wao wa kwanza kuanzisha shule ya Sekondari hapa Mafia. Siku hizi, watoto wa Mafia ambao wamepasi, hawahitaji kwenda mbali kusoma, wanasoma hapa hapa Kitomondo. Sasa, basi, nawaomba nyinyi, wana Kanga, tumuunge mkono, tumsaidie katika kazi yake ambayo ni ya maendeleo itakayotusaidia sisi sote.

Tafrija ya Kanga ilikuwa ya mafanikio ingawa haikufikia malengo ya ukusanyaji fedha kama Mikidadi alivyokusudia. Tafrani ilitaka kuzuka kwa upande wa Bweni usiku uliofuatia wakati taarabu ilipopiga huko kwani baadhi ya wapinzani (wa kisiasa) wa Mikidadi hawakupendezwa na hilo na hata kiasi cha pesa kilichokusanywa nacho kilikuwa kidogo kinyume na mategemeo.

Watumishi wa chama cha Msaada wa Kiholanzi waliwasili. Mikidadi aliwatembeza na kuwaonesha kile kilichofanyika huko lakini cha kusikitisha ni kuwa wakati wa safari yao ya kurudi walikumbana na matazizo ya usafiri kutokana na ndege yao kuharibika na hivyo kuvuruga ziara nzima iliyokuwa inaelekea sehemu mbalimbali za Tanzania. Mimi nilikuwepo uwanjani, na niliweza kuona ni kwa kiasi gani walivyokatishwa tamaa na miundo mbinu ya Mafia kiasi cha kuamua kupeleka misaada yao sehemu nyingine kunakofikika kwa urahisi zaidi. Ziara haikuzaa matunda na hali hiyo ilimkatisha mno tamaa Mikidadi.

Tukio jengine ambalo Mikidadi aliliandaa mwaka 1994 ni kufanyika kwa muhadhara wa wazi mjini Kilindoni ambapo aliniomba niwe mtoa mada mkuu. Niliandaa muhadhara wenye anuani isemayo: Maana ya Maendeleo. Tulitumia muda mwingi katika kuiweka mada hiyo katika Kiswahili safi. Mikidadi alikodisha ukumbi katika hoteli moja ya mtaani hapo Kilindoni. Aliwaalika watu mbalimbali waliostahiki. Wengi walihudhuria wakiwemo viongozi wa serikali na watu mbalimbali. Huduma za viburudisho zilitolewa kwa waliohudhuria. Nilitoa muhadhara wangu kwa kipaza sauti. Mikidadi aliridhishwa na shughuli zilivyokwenda na haswa lengo la kutangaza jina la CHAMAMA kwa viongozi mbalimbali.

Hata hivyo, wakati wa ziara yangu, Mikidadi aliongelea mara kwa mara namna ambavyo maendeleo yanavyosuasua huko Mafia, 'Hakuna mabadiliko yeyote kadri siku zinavyopita'. Aliwalaumu viongozi waliopewa majukumu kwa kutokuchukua hatua na hata kwa kupindisha mafungu yaliyokusudiwa kwa miradi ya maendeleo kwenda katika mifuko yao binafsi. Hilo lilikuwa ni vigumu kulitafutia dawa kwani upeo wa rushwa ulishafikia kikomo cha juu hadi kuonekana ni jambo la kawaida. Mifano mbalimbali ilitolewa na mimi binafsi na watu mbalimbali kuhusiana na jambo hilo. Mfano mojawapo mzuri ulikuwa ni mradi wa kubadilishana utaalamu na vifaa na wakulima wa Gotland kilipo kisiwa kidogo kama cha Mafia kilichopo Sweden. Waswidishi walitembelea Mafia na baadaye kutuma vifaa na bidhaa mbalimbali ambavyo viliishia katika mifuko binafsi. Walituma mwaliko wa wakulima wa Mafia kutembelea kisiwa cha Gotland lakini wateuzi wa majina ambao ni viongozi hawakutaka kuchagua walengwa. Mwishoni wakulima wa Gotland waliachana na azma hiyo kwa kuhofu kulea mazingira ya rushwa na hivyo kuutelekeza mradi huo.

Kwa kuona ya kwamba mabadiliko si rahisi, baadhi ya wajumbe wa CHAMAMA akiwemo Mikidadi waliamua kujitosa katika siasa na hivyo kuanza na uchaguzi wa nafasi za udiwani katika mwaka 1994. Tanzania tayari ilishakuwa imejiingiza katika mfumo wa vyama vingi. Ilikuwa ni kwamba CCM ina nafasi kubwa ya kushinda na kilichokuwa kinagombewa ni nani atakuwa mwakilishi wa CCM katika kila wadi. Vyama vya upinzani vilishiriki uchaguzi huo ikiwemo chama cha NEMA kilichofanikiwa kufika hadi Kanga kuendesha kampeni zake.

Chama cha Kisiasa cha NEMA Chaendesha Mkutano Kanga

Tarehe 15 Julai 1994 kulifanyika mkutano mkubwa wa wawakilishi wa chama cha kiasi kiitwacho NEMA. Msemaji mkuu alielezea ni kwa nini vyama vya upinzani vilihitajika:

Ni sababu gani zinapelekea kuwa na chama zaidi ya kimoja? Nia ni kuwasaidia watu walio chini. Nyakati TANU kilipokuwa chama tawala, mtu angeweza kutiwa ndani kwa kuzungumzia haja ya kuwa na vyama vingi. Mazingira hayo kwa sasa hayapo.

Na sasa ninazungumzia suala jingine. Madhumuni ya NEMA kwa sasa ni kuandikisha wanachama wapya. Nimeleta kadi hapa zipatazo 250 kwa kudhani kuwa pengine zitatosha kwa wanakijiji wa vijiji vya Kanga na Bweni lakini pengine hali hiyo yaweza kuwa sivyo. Kila kadi gharama yake ni Shilingi 110/- ambazo ni gharama za kadi na uanachama. Nia yetu ni kuing'oa CCM kwa vile imeshindwa kutuletea maendeleo. Hatutaki mabadiliko hayo yatokee kwa njia za fujo. Tunataka tufanye mabadiliko hayo kwa njia za amani. Tunataka watu wajiunge na NEMA na nitapita katika vijiji vyote vya Banja, Jimbo, na baadaye Kirongwe na Baleni. Tunataka Mbunge wa Mafia kupitia chama cha NEMA.

Tunahisi kwamba CCM imewalaghai watu. Imewadanganya kwa karibu miaka 35. Na muda wote huo tulikuwa tunadanganywa. Tulikuwa tunaambiwa kuwa tukipata Uhuru tutapewa elimu bure, matibabu bure, na sasa kiko wapi? Elimu inauzwa na madawa nayo pia yanauzwa. Tumekaa tu bila kufanya lolote. Mwisho umefika wa kukaa bila ya kufanya lolote.

Kama huna kadi ya CCM, kama huna kadi ya NEMA unafanya nini? Muda umefika wananchi. Muda umefika wakusema sasa basi. Tumewaunga mkono CCM kwa miaka 35 na CCM imeshindwa kutimiza ahadi zake. Na ni lazima tuwang'oe katika kura.

CCM imeshindwa katika masuala ya elimu, katika afya, na katika masuala ya ukusanyaji kodi. Hapa Mafia elimu si bure tena. Watu hawana njia ya kupata elimu. Hatujaanza kulipia gharama za matibabu lakini hilo linakuja kwani wilaya nyingine tayari watu wanalipishwa gharama hizo na baadhi wamekwisha kufa kwa kushindwa kulipia gharama hizo. Na mara tu watakapo anza kuuza madawa katika hospitali ya Kilindoni haitakuwa rahisi wao kutoa madawa hayo bure kwa hapa Kanga. Na wasiwadanganye kuwa watauza madawa hayo katika hospitali ya wilaya ya Kilindoni tu. Je, ni kweli kuwa watakuwa wanauza kule lakini hapa watatoa bure? Msikubali kudanganywa. Kesho na kesho kutwa mtaona namna watakavyoyauza na hilo sisi hatulitaki. Ni kwa sababu hiyo hamna budi mchukue kadi zetu.

Kulizuka majadiliano baada ya hotuba hiyo ndefu. Kwa waliohudhuria, malalamiko juu ya CCM yaliwaingia, na kama mzungumzaji wa tatu alivyosema:

Swali la 3: Mambo matatu ambayo NEMA wametuelezea yameniingia na nina wasiwasi kuwa kwa vile madawa yanauzwa Kilindoni basi hakika yatakuja kuuzwa hapa pia.

Lakini wengine hawakuwa na uhakika kama NEMA watakuwa ni chachu ya maendeleo:

Swali la 4: Ni kama vile niko katika ngalawa na kuna mawimbi machache. Ni sawa na NEMA kama nikifuata maneno yao na

vitendo vyao vizuri sijui huko mbeleni mambo yatakuaje. Ni
sawa na ninapoingia katika ngalawa na kujaribu kuenda sehemu
fulani hujui hali itakuwaje.

Mzungumzaji wa nne alitumia mfano ambao unajulikana
vyema kwa wengi. Hata hivyo alikuwa ni miongoni mwa wachache
walionunua kadi. Lakini baadaye nilisikia kuwa wengi walirudisha
kadi za NEMA kwa kugundua kuwa hawatakubaliwa kumpigia
kura mgombea wa CCM katika uchaguzi ujao.

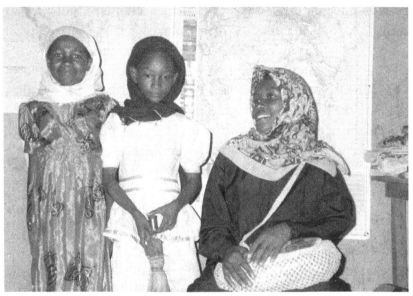

Amina, Khadijya na Hadiya wakiwa wamevalia kwenda taarabu jioni,
Kanga 1994

Mikidadi Awania Nafasi ya Udiwani katika Halmashauri ya Wilaya

Si kila kijiji katika Mafia kina muwakilishi wake katika Halmashauri
ya Wilaya. Baadhi vimewekwa pamoja, kama vile kijiji cha Kanga
na Bweni kinachounda jimbo moja. Nilikuwepo wakati wa siku ya
uchaguzi kijijini Kanga. Kulikuwa na wagombea watatu: Mikidadi,
anayeshikilia madaraka hayo kutokea Bweni, na kijana wa kike pia
kutoka Bweni. Hii ni kumbukumbu yangu katika shajara yangu:

23 Julai 1994. Kuna watu waliohudhuria wapatao wanaume
100 na wanawake 50. Wakati nawasili anayetetea kiti chake alikua

anajinadi na alikuwa akizungumzia kuwa matatizo ya barabra sasa yametafutiwa ufumbuzi na kwamba Benki ya Dunia imekubali kutoa mkopo wa shilingi milioni 2 kuikarabati.

Ikaja zamu ya Mikidadi. Aliwasalimia watu, na akawaeleza nia yake ya kutaka kuwatumikia, na kwamba aliyepita haku-fanya lolote haswa ukiangalia hali duni ya shule ya msingi ya kijiji, barabara (watu wanabidi kutembea na kubeba mizigo yao kichwani) na ameshindwa kuwarudia wananchi na hatoi taarifa za ujaji au uondokaji wake. Akaendelea kuonesha udhaifu wa serikali ya kijiji. Akatoboa juu ya Halmashauri ya Wilaya kuuza kisiwa kidogo karibu na Kanga na Bweni kwa wawekezaji wa nje na vijiji vimeambulia patupu. Kisha akazungumzia mafanikio ya CHAMAMA katika ujenzi wa Sekondari. Hakuweza kumaliza hotuba yake kwani muda wake aliopewa wa dakika 10 uliisha.

Mtu wa tatu ni mwanamke kutokea Bweni mwenye umri wa miaka kama 30, aliyevaa vizuri akimachisha kanga na nywele ndefu ziliachwa wazi bila ya kitambaa. Alitoa salamu ya CCM tu na akakaa bila ya kutoa hotuba.

Diwani anayetetea kiti chake alisisitiza kuwa ni wanachama wa CCM tu ndio watakaoruhusiwa kupiga kura na jumla yao wapo 153 tu katika kijiji cha Kanga. Karatasi za kupigia kura zenye majina ya wagombea zinagawiwa kwa watu, kwanza kwa wanaume na halafu kwa wanawake. Wengine wanalalamika hawajui kusoma na hawajui namna ya kupiga kura na hatimaye, Katibu Kata ambaye ndiye msimamizi wa uchaguzi anakuja kuwaeleza kuwa wanaweza kwenda katika ofisi za CCM na watapewa msaada. Wanawake mbalimbali wanapanga foleni nje ya ofisi. Watu wanapiga kura, wanazikunja karatasi za kura na zinakusanywa na kuwekwa katika bahasha.

Ikatangazwa kuwa kura zitahesabiwa na matokeo kutolewa hadharani kabla ya msimamizi wa uchaguzi kuelekea Bweni kwa zoezi kama hilo la upigaji kura. Utaratibu huu unapingwa na mmoja wa wanakijiji lakini msimamizi wa uchaguzi anasisitiza kuwa hivyo ndivyo alivyoamrishwa kutekeleza katika semina ya mafunzo ya usimamizi wa upigaji kura. Baada ya mapumziko mafupi, kura zinatangazwa, mwanamke alipata kura 1, mtetezi wa kiti chake kura 60 na Mikidadi 87.

Ni wazi kuwa hatoweza kushinda uchaguzi kwani mgombea wa kutoka Bweni anatarajiwa kupata kura nyingi za Bweni kuliko Mikidadi. Mikidadi anawalaumu watu wa Kanga kwa kukubali kutawaliwa na watu wa Bweni na kuacha kumpa kura mtu wao. Anasema ya kuwa upo uwezekano wa hao waliomuunga mkono mtu wa Bweni kuwa wamenunuliwa. Aliyazungumza hayo karibu na kibanda cha chai cha shemeji yake na wengi walikubaliana na mawazo yake.

Baadaye nilisikia kuwa Mikidadi alipata kura 20 tu huko Bweni, ambapo mpinzani wake alizoa kura 150. Hii inamaanisha kuwa ingawa Bweni ni kijiji kidogo kuliko Kanga lakini kina wanachama karibu sawa wa CCM (Idadi kubwa ya watu ni wanachama wa CCM).

Niliitembelea familia ya Mikidadi na kuongea na mama yake, mkewe na dada zake. Wamehuzunishwa na kusema kuwa Mikidadi amechoka sana lakini amekataa kupumzika nyumbani ili watu wasije kudhani amejificha na hivyo kumdhihaki. Walishangaa ni kwa nini ni ndugu zake tu ndio waliompigia kura na walielekeza shutuma zao katika mazingira ya rushwa na kuwepo kwa imani za ushirikina, ambapo Mikidadi 'Alitegemea imani ya Mungu pekee.' Nilijaribu kutoa hoja kuwa angalau sasa atakuwa na muda zaidi wa kushughulikia CHAMAMA, lakini mkewe Hadiya, wakati ananiaga, alisema kuwa itabidi warudi Dar: 'Hawezi kuendelea kufanya kazi ya CHAMAMA, hana budi kutafuta kazi.'

Siku iliyofuatia ni siku ya Mwaka Kogwa na mazungumzo yote yalikuwa ni juu ya uchaguzi uliopita jana yake. Mwanamke mmoja alilalama juu ya tabia ya watu wa Kanga: 'Ngojeni mtakapoona shule, ofisi na hospitali zote zikipelekwa Bweni.' Utabiri wake ulikuja kutimia hapo baadaye!

Baadaye mimi na Mikidadi tulikaa chini na kutafakari juu ya yaliyotokea na kwa nini yamekuwa yalivyokuwa. Alinieleza kuwa wakati wa uchaguzi huko Bweni, mgombea mwenza alitoa barua ya siri kutoka kwa Mbunge wa Mafia (atokeaye kusini mwa Mafia)

Lakini alikataa kuniambia undani wa barua hiyo, ila kimsingi ilikuwa inaonesha kuwa mgombea wa Bweni anaungwa mkono na Mbunge huyu. Mikidadi amesikia kuwa Mbunge aliyepo madarakani anamhofia kiasi cha kuwaeleza ndugu zake 'Kijana wenu ni mkorofi na mfitini.' Alinieleza kuwa kwa mawazo yake, kisiwa cha Mafia kimegawanyika katika makundi mawili; yapo yale yanayotaka mabadiliko na yale wahafidhina. Anaungwa mkono na wanaotaka mabadiliko na wahafidhina wanamuunga mkono Mbunge.

Nilijaribu kuchunguza ni kwa nini wanakijiji wenzake hawakumuunga mkono, kwani kwa kufanya hivyo angeweza kushinda uchaguzi ambapo Bweni ni kijiji kidogo ukilinganisha na Kanga. Nilipata fafanuzi mbalimbali. Moja ni kwamba kuna makundi katika Kanga, yapo yanayomuunga mkono na yanayompinga. Wengine walizungumzia juu ya matumzi ya 'nguvu za kiza' (uchawi) katika upigaji kura, jambo ambalo Mikidadi alidai hajihusishi nalo.

Baadaye nilipata picha kamili sababu za watu kumpa kura diwani aliyekuwa akioneka ni mfuasi wa Mbunge wakati nilipokuwa katika mkutano na kikundi cha kinamama kusini mwa kijiji cha Kanga alipowajengea kisima. Hii ni sehemu ya nukuu kutoka katika kinasa sauti changu:

26/7/94. Rafiki yangu Mwanabora alinieleza niende nyumbani kwake kuona kisima, lakini nilichelewa katika hitima na nikafika kukuta tayari yupo mkutanoni. Nilimwendea na kumkuta na wanawake kadhaa wamekaa katika jamvi chini ya mwembe, upande wa pili, Mwenyekiti wa Kijiji cha Kanga na Katibu Kata, wote wamekaa katika viti, wakati wanawake wengine wawili wamekaa pembeni yao na tayari wapo katika agenda ya 3. Bendera waliyokusudia kuinunua na kuipeperusha siku ya ufunguzi wa kisima ilikuwa nyuma yetu. Imezungushiwa mistari ya chokaa na ilishaanza kutumika.

Viongozi wanaume walitoa hotuba ndefu na yenye kupambia wakiwasifu na kuwaenzi akinamama. Hii ilichukua karibu saa moja. Walihimizana kuendelea zaidi ya kuchimba kisima na kufikia hatua ya kuunda umoja, kuomba misaada na kufungua akaunti benki.

Baadhi ya wanawake walionesha wazi kuchoshwa na hotuba ndefu. Walikuwa wanapiga miayo waziwazi. Kila mwanamke alipotaka kusema alinyamazishwa na waliruhusiwa kusema pale tu wanaume wanapomaliza hotuba ndefu, isipokuwa kwa rafiki yangu na mwenyekiti wa umoja wa kisima wao hawakukatizwa. Wakati Katibu Kata alipokuwa anawasifu wanawake, mmoja wao alishindwa kujizuia kujibu:

Katibu Kata: Mimi nimezaliwa Kanga lakini nawaeleza kuwa wanaume wa Kanga wasingeweza kufanya waliyofanya akinamama. Kuna mahali nilisoma kuhusu tabia ya wanaume wa Kanga kwamba ni wavivu sana. Nawaeleza kinama kuwa huu mchango wa laki 1 na 40,098 ambao mlioukusanya haungeweza kukusanywa na wanaume.

Mwanamke: Hiyo ni kweli kabisa (wanawake wanacheka).

Wakati wa kuzungumzia ajenda nyingineyo iliyohusu namna ya kupata fedha kwa ajili ya kumalizia kisima (mifuko miwili zaidi ya simenti ilihitajika). Rafiki yangu aliomba nipewe fursa ya kuzungumza na kwa hakika walitegemea nijitolee. Nilifanya hivyo na kuwaeleza kuwa nitatoa mchango wa mifuko miwili ya simenti . Kila mmoja alionekana kufurahia uamuzi huo na walipiga makofi kushangilia. Lakini kiongozi mmoja wa kijiji alionekana kusisitiza kuwa sehemu kubwa ya msaada imetoka kwingine.

Kiongozi wa Kijiji: Niliomba ruhusa kwa viongozi wa jumuiya hii kuzungumza. Si jumuiya yangu, lakini hata hivyo sina budi kusema jambo fulani. Na nina wajibika kusema kuwa mtu wa kwanza aliyetuhimiza kufanya kazi hii ni Mbunge wetu. Wakati mtoto anapoanza kutembea baba yake anakuwa karibu kumsaidia. Mbunge wetu ndiye wa kwanza kutusaidia kwa msaaada wa 60,000/-.

Nilianza kugundua kuwa hii yote ilikuwa ni siasa. Hawa ndio wanawake walioacha kumpigia kura Mikidadi, wakati viongozi wa serikali wana endelea kuwaunga mkono ili waendelee kuwa wanachama wa CCM badala ya vyama vingine vilivyoibuka. Hata hivyo nia ya Mikidadi kutaka kuleta mabadiliko Mafia haikuishia tu katika shughuli zake za asasi binafsi na kugombea udiwani;

alitaka pia kuendeleza madrasa kama tuonavyo katika sehemu inayofuatia.

Kifo cha Baba Yake Mikidadi

Baba yake Mikidadi Maalim Juma Kombo alifariki kabla ya kurudi kwangu 1994. Aliumwa kwa muda na muda huo Mikidadi aliku-wepo Mafia akimuhudumia na huku akiitunza familia yake.

Katika barua ya 1990, iliyoandikwa kwa Kiswahili na Kiingereza aliandika:

20/10/90. Mikidadi J. Kichange, Box 7382, DSM, Tanzania

Dearest A.P CAPLAN (mama Emma)

Ahsante kwa barua yako ya tarehe 27/7/90 niliyopokea niliporudi Mafia, ambapo nimekaa karibu mwaka mmoja na nusu kumtunza baba yangu aliyekuwa mgonjwa. Baba anaumwa macho lakini sasa hajambo kidogo. Huenda baadaye nikamleta Dar kwa matibabu zaidi.

Ilipofika Februari 1994, aliandika tena habari za majonzi ya kufiwa na baba yake:

8/2/94. Nasikitika kukujulisha ya kuwa Baba yaani Mzee Juma Kombo Kichange AMEFARIKI tarehe 29/2/94 na amezikwa tarehe 30/2/94 Kanga. Mzee aliugua zaidi ya miezi 12 na siku 11 yaani mwaka 1 na siku 11, na muda wote huo mimi nilikuwepo nyumbani Kanga kwa kumhudumia. Nasikitika Emma na Mark hawatamuona Mzee Juma ila wamemuona katika picha. Mimi sina picha ya Baba hata moja. Naomba na mimi uniletee kama unazo.

Katika barua nyingine aliyonitumia miezi mitatu baadaye bado Miki-dadi alikuwa na majonzi ya kuondokewa na baba yake. Na hali hii iliendelea takribani miaka 8 bado alikuwa akimkumbuka baba yake. Mara nyinigne ilikuwa ni juu ya masuala madogo tu kama vile kuvaa kofia. Alikuwa hapendi kuvaa kofia aliyokuwa akishauriwa na baba yake. Aliamua kuwa anaivaa akiwa Kanga, 'Ninahisi inanipa hadhi hapa'. Lakini alikuwa haivai kabisa akiwa Dar au Kilindoni. Alidhamiria kumfanyia baba yake karamu kubwa (hitma) na hilo lilifanyika mwezi wa 1994:

Tarehe 15/9/94 Alhamisi. Nyumbani kwangu tulikuwa katika shughuli ya karamu ya mzee iliyoandaliwa na wanafunzi. Ng'ombe 1 na gunia 2 ½ za mchele zilitumika. Mimi niliondoka DSM tarehe 24/9/94.

Miaka iliyofuatia aliniomba nimtumie picha ya baba yake: *24/4/98. Mwisho naomba uniletee picha ya Baba iliyoko pg 93 Face Values, size ya "passport" ninaihitaji kuitumia kwenye kadi ya mwaliko wa dinner party ninayoiandaa kwa ajili ya kuchangia ujenzi wa chuo chetu hapa Dar es Salaam tarehe 20/5/98. Ikiwezekana niletee HARAKA. Imeshindikana kuipiga picha iliyo katika kitabu cha Face Values. Utafiti wako kuhusu Mafia na maandishi yako kuhusu Mafia yanasaidia sana.*

Mikidadi na Familia Yake katika Nusu ya Mwongo wa 1990: Kujaribu Kupambana na Maisha.

Nilipofika Mafia mwezi Juni 1994, mama yake Mikidadi alishakuwa amemaliza kukaa eda. Mirathi ilishafanyika na haikuwa na ugumu kwani warithi walikuwa ni Mikidadi na mdogo wake wa kike Kuruthumu, pamoja na mama yao. Niliuuliza iwapo watoto wa Rukia nao walikuwa na haki ya kurithi nikaambiwa kuwa kwa mujibu wa sheria ya Kiislamu hawakuwa na haki ya kurithi. Lakini iwapo Rukia angekuwa hai basi angeweza kurithi. Kilichojitokeza ni kuwa kabla ya kufa kwake, Maalim Juma tayari alishawapa viunga viwili vya minazi kufidia urithi wa mama yao.

Kwa bahati mbaya vilevile na mama yake naye hakuweza kukaa zaidi ya mwaka, na ilipotimu Aprili 1995, Mikidadi aliniandikia kuhusiana na msiba wa mama yake:

13/4/95. Pia mama yangu mzazi – Mama Fatuma binti Bakari amefariki dunia tarehe 5/4/95 na kuzikwa 6/4/95 Kanga. Mama amefariki Kilindoni Hospital baada ya kuugua wiki moja tu. Aliugua tumbo la kutapika (vomiting). Bila shaka safari yako ya kuja Tanzania mwaka jana 94 ilikuwa ni ya kuja kuagana naye. Naona mama alikupenda sana na wewe ulimpenda pia. Mimi sasa nina matatizo mengi sana hasa ya FAMILIA.

Baadaye hitima ilisomwa ya mama yake lakini si Mikidadi wala dada yake aliyehudhuria. Mikidadi alikuwa Dar na pengine alishindwa kupata nauli ya kwenda Mafia. Kuruthumu naye ndiyo kwanza alikuwa ametoka kujifungua mtoto wake wa 6, wa kike tena. Mara baada ya majukumu ya ulezi wa wazazi wake yalipomtoka, Mikidadi alirudi Dar kuishi bali hata shauku yake ya kusoma zaidi iliibuka tena. Katika barua ya tarehe 21 mwezi Septemba, aliandika barua ifuatayo:

Tafadhali nisaidie sana kunitafutia kozi huko Ulaya (Course nayoipenda
ni Rural Development Strategies Course). Course yoyote unayoina wewe
mimi inanifaa, na mimi hata leo nipo tayari kusoma.

Kwa mara nyingine tena, niliwasiliana na vyuo mbalimbali
kwa nia ya kutafuta kozi na vingi vilituma miongozo yake nami
nilimtumia. Lakini ilikuwa wazi kuwa mirathi kutoka kwa wazazi
wake haikuweza kumpa ahueni kimapato. Kinachopatika kuto-
kana na urithi kinamlazimu kukitumia kumtunza mama yake,
watoto aliyokuwa akiishi nao, na baadhi ya watoto wa marehemu
dada yake. Kwa kipindi hicho mtoto wa Rukia, aitwaye Biubwa
alishakuwa mama mwenye kutegemea kupata mtoto wa tatu
kutoka kwa mume wake waishie naye pamoja hapo Kanga. Huku
akitegema kujifungua aliamua kuishi chini ya uangalizi wa bibi
yake kabla ya kujifungua. Lakini binti mkubwa wa Rukia aitwaye
Fatuma na mvulana aitwaye Imamu walikuwa wakiishi na Mikdadi
huko wakiendelea na masomo. Mikidadi aliwajibika kuwatunza
wote hao. Bahati nzuri alifanikiwa kupata kiwanja sehemu za
Mtoni nje kidogo ya jiji la Dar, na alianza jitihada za kujenga
ingawa gharama zilikuwa kubwa.

Baadaye, wakati wa ziara yangu ya kati ya 1994, alieleza juu ya
matatizo ya kifedha yanayomkabili kutokana na kuishiwa akiba
yake yote aliyojikusanyia alipokuwa kiwanda cha Chemical
Company.

Pia alifikiria uwezekano wa kurudia kazi yake ya Halmashauri ya Jiji
japo kipato chake kisingeweza kumtosheleza matumizi ya familia
kubwa aliyokuwa nao. Aliniomba nimuombee kazi kutoka kwa meneja
wa shamba la minazi la Ng'ombeni Mafia ambaye namfahamu tangu
tulipokutana. Mwanzoni ilioneka kama vile uamuzi huo unataka kuzaa
matunda lakini baadaye ikadhihirika kwamba nilipoondoka hali ya
uzalishaji haikuwa nzuri na hivyo hata meneja naye ilimbidi arudi India
hata kabla hajamkamilishia kazi Bw. Mikidadi. Mikidadi aliniandikia
kuwa sasa amekuwa ni wakala wa shirika la ndege na alikuwa akilipwa
kwa kamisheni pale tu anapofanikiwa kuuza tiketi:

13/4/95. HIVI SASA Mimi hivi sasa ni Agent wa Sky Tours Air Charter inayo
operate kati ya Mafia na DSM mara nne kwa wiki (juma mosi, juma pili,

juma tatu, na juma tano. Na nalipwa 10% ya kila mauzo ya tiketi. Sasa nauli Mafia /DAR ni sh 20000 kwa mtu. Mimi bado sijafanya kazi pale Ng'ombeni kwa Mr Thampi. Bado nafasi haijapatikana lakini Mr Thampi ameniahidi sana.

Kuhusu hii kazi ya ndege, nategemea kufungua ofisi yangu pale Airport kwa kukodi maana nataka kuwa 'Tour Agent'. Maombi nimeshafanya na nimeshaomba mtambo wa fax sasa nasubiri majibu.

Aliendelea kuwa wakala wa ndege kwa muda fulani lakini kazi haikuwa na tija ya kutosha na ndege zilisimamisha safari nyakati za kipindi cha mvua.

Jambo jengine lililompa gharama kubwa kimatumizi ni afya ya mkewe Hadiya ambayo ilimpa wasiwasi sana Mikidadi. Hadiya amekulia Zanzibar, ambapo alipata elimu ya kiasi lakini hakuwa anajishughulisha na kilimo. Wakati wa kuishi kwao kijijini Kanga katika kipindi cha kumuuguza baba yao kabla hajafariki, kuli-kuwa na kazi nyingi za nyumbani kama vile kuchota maji, kupika, na kukusanya kuni. Maisha yalimwia vigumu huko na isitoshe alikuwa na marafiki wachache. Muda mwingi Hadiya alikuwa akiumwa na hakuweza kupata watoto wenine ingawa walikusudia hilo. Kuna wakati Mikidadi alimshauri aende Zanzibar kupumzika kwa ndugu zake na kupata matibabu kutokana na huduma hizo kuwa rahisi na nzuri.

Lakini maisha yalizidi kuwa magumu kijijini Kanga na Dar. Hivyo katika mwaka 1997, Mikidadi alinieleza kuwa:

3/6/97. Professor, Tanzania hivi sasa kuna maisha magumu sana. Mimi nimeamua kuwashughulikia zaidi watoto wangu wapate elimu kuliko mimi mwenyewe. Maelezo zaidi barua ijayo.

Hata kwa kuamua sasa kuwahudumia zaidi watoto wake kuliko kutimiza ndoto yake ya kujiendeleza zaidi, maisha kwa ujumla yali-kuwa magumu kufuatilia serikali ya Tanzania kuanza kufuata masharti ya mashirika ya fedha yaliyotaka elimu na afya zisitolewe bure. Hivyo bado Mikidadi aliwajibika kuwalipia ada watoto wake na kulipia gharama za matibabu pale wanapoumwa tofauti na iliyokuwa hapo awali kabla ya mabadiliko ya kiuchumi:

24/4/98. MAISHA YANGU: Hali ya maisha yangu si mazuri kwa kuwa mpaka sasa sijapata KAZI na hali ya mazao shambani yaani NAZI ni mbaya pia. Gharama ya maisha imepanda na Gharama ya kusomesha watoto imepanda ZAIDI. Sijui kama watoto wangu watasoma vizuri.

- *Amina sasa yupo Form I anahitaji Tsh 10,000/- kila mwezi*
- *Khadijya yupo std IV anahitaji Tshs 4000/- kila mwezi*
- *Kulisha familia Mafia na Dar es Salaam nahitaji Tsh 150,000/- kila mwezi, wakati pato langu kila mwezi ni Tshs 90000/- (za chakula tu). Je msaada gani utanipa ili watoto wangu wapate kusoma?*

Nilikuwa ninamsadia Mikidadi mara kwa mara lakini sasa niliamua kukubali kugharamia ada ya shule ya watoto wake. Mikidadi na Hadiya walifanya kila jitihada za kutafuta njia za kuijongezea kipato. Hadiya alifungua biashara ya vifaa vya ushonaji lakini hakuwa na mtaji wa kutosha. Mikidadi alianzisha mradi wa miti Mafia:

9/5/2000. Nitakuwa hapa Mafia hadi 15/5/2000 na nitaenda Dar es Salaam ambako nitakaa kwa wiki mbili tu. Hapa nyumbani nime-shapanda michungwa 50 na naendelea. Na nimeamua kuanzisha shamba la miti ya kuni na mbao eneo la Madundani kati ya Jimbo na Kanga. Na nimeshapanda miti 400 na naendelea.

Katika barua iliyofuatia aliongeza haya:

11/6/2001. Mimi nimemaliza kupanda miti msimu huu sasa najiandaa kutafuta mizinga ya nyuki (Bee hives) ili nianzishe ufugaji wa nyuki ili nipate asali kwa matumizi yangu na kwa kuuza.

Wakati huo Mikidadi alijitoa kabisa katika kushughulikia CHAMAMA kufuatia mtafaruku ndani ya asasi hiyo wakati wa mchakato wa kumta-futa katibu mpya. Mwaka 2000 aliandika:

9/5/2000. Kuhusu CHAMAMA sasa hakina NGUVU tangu mimi NISIMA-MISHWE UKATIBU, na watu wanasema kama SITARUDI basi ITAKUFA.

Hali hii ilimsikitisha Mikidadi, kufuatilia jitihada alizoziweka katika kuasisi asasi hiyo hapo awali. Mikidadi hakuwahi kunieleza kilichosibu. Baadhi ya watu walimshauri agombee tena udiwani na alifikiria kufanya hivyo. Alinieleza kuwa ametoka CCM na sasa amejiunga na CUF, chama ambacho kilikuwa mpinzani mkuu wa CCM kwa upande wa pwani. Hata hivyo kabla ya kufanya uamuzi

huo wa kupeleka jina lake, Mikidadi alitaka kujua iwapo nitam-
shirikisha katika utafiti wangu ujao na kama nilivyotarajia awe
mtafiti msaidizi.

9/5/2000. KUHUSU SIASA - Watu wanataka mimi nigombee tena
UDIWANI. Wapo tayari kunichangia kupitia CHAMA chochote cha siasa.
Mimi bado sijakubali. Naomba unijulishe HARAKA kuhusu ile kazi ya
UTAFITI, Je utakuja Tanzania? Na ile kazi ya Utafiti itafanyika? Na mimi
nitakuwa mmoja kati ya hao wataofanya kazi hiyo? Kama kazi hiyo ipo
basi mimi sitokubali kufanya kazi ya SIASA.

Nilimweleza kuwa inawezekana kumpa ajira ya muda wa miezi mitatu
katika safari yangu ya 2002 na pia nilimshauri kuwa kujiingiza tena
katika siasa kutampa mtindo wa mawazo. Alinijibu kama ifuatavyo:

11/6/2001. Ushauri ulionipa niache mambo ya siasa umenisaidia sana.
Mimi nipo CUF lakini ni mwanachama wa kawaida. Watu wanataka
kunipa cheo lakini mie nakataa. Na natumia muda wangu mwingi
kulima na kutafuta fedha. Bado sijapata bahati ya kupata fedha za
kukidhi mahitaji yangu.

Pia na mradi wa ujenzi wa madrasa ulikuwa unasuasua na aliandika
yafuatayo:

KUHUSU MADRASA - Ujenzi umesimama maana sijapata MFADHILI.
Naendelea kutafuta wafadhili na naendelea kujenga vibanda vya
MAKUTI. Nahitaji fedha nyingi ili niweze kufanikisha kazi hii.

Hata hivyo haikuchukua muda alirudia tena kazi yake ya ukatibu mkuu
wa CHAMAMA:

11/6/2001. CHAMAMA imenirudishia tena nafasi yangu ya UKATIBU
MKUU. Wameona hakuna maendeleo yoyote yanayofanyika tangu mimi
wanisimamishe bila kosa.

Na kwa mshangao alinitumia taarifa za mabadiliko kuwa Mbunge
aliyekua akishikilia kiti chake kwa miaka 30 ameangushwa katika kura
za maoni. Badala yake mfanyabiashara mwenyeji ameteuliwa:

11/6/2001. Na X (Mafia MP) ameangushwa uchaguzi. Mbunge wetu sasa
ni muarabu mmoja wa Kilindoni ... umri wake ni miaka 35. Elimu yake ni
form IV. Hakupata kufanya kozi yoyote... Mbunge wa kwanza hana raha
na amechoka sana.

Nilikumbuka mazungumzo tuliyofanya na Mikidadi wakati wa ziara yangu kuwa kuna tetesi ya kuwa alitaka kugombea ubunge . Alizipinga tuhuma hizo, 'Sitaki kuwa Mbunge, nataka Mafia ipige hatua za maendeleo'; hayo ndiyo yalikuwa maneno yake.

Katika mwaka 1999, mwanaisimu wa kitanzania, Ahmad Kipacha, aliyekuwa akiendesha utafiti wake kijijini Kanga, kwa ajili ya tasnifu yake ya uzamivu kwa msaada wa Mikidadi, alirudi tena kisiwani Mafia ambapo kwa maombi yangu aliniandikia ripoti fupi ya namna alivyoiona hali ilivyo huko. Hali haikuwa ya kuridhisha. Kuhusiana na Mikidadi na familia yake aliandika:

Maisha ni magumu kwao. Wanalazimika kuishi Dar kwani si rahisi kwao kujimudu kimaisha huko kijijini. Mikidadi hana kazi baada ya kuacha kazi ya uwakala wa ndege na huku anatakiwa awalipie watoto wake ada. Afya ya Hadiya si mbaya lakini anazeeka upesi.

Wengi wanasema kuwa kujiingiza kwake katika masuala ya kisiasa kumemkwamisha kwani maadui zake hawampi nafasi ya kujiwezesha na hana la kufanya kwa Kanga au Mafia kwani CHAMAMA kimekufa.Ujenzi wa Chuo cha Kiislamu nao haujapiga hatua, matofari yamezagaa hapa na pale, mradi huo unakabiliwa na matatizo ya kifedha na uongozi. Shughuli pekee inayoendelea ni madrasa ya watoto na darasa la kinamama siku za Alhamisi darasa linaloendeshwa na mwalimu kutoka nje ya Kanga.

Hitimisho

Mikidadi alijishughulisha na shughuli mbalimbali kama vile kuan-zisha mradi wa kufuga nyuki, kuwa wakala wa shirika la ndege mjini Kilindoni. Kwa upande wa Dar alijaribu kuanzisha duka la vitabu wakati Hadiya akijaribu kuuza vifaa vya ushonaji na baadaye asikirimu.

Mbali ya matatizo mbalimbali ya kiuchumi, shughuli za Mikidadi hazikujikita katika kutafuta riziki pekee, alijishughulisha katika miradi mikubwa ya kuwanufaisha watu wake kijijini na Mafia kwa ujumla kupitia asasi binafsi ya CHAMAMA. Alitumia nguvu na uwezo wake wote kuhakiskisha CHAMAMA kinasimama mbali ya kukosa ufadhili na kuunganisha sauti za watu kupinga uuzwaji wa ardhi kwa ajili ya ujenzi wa mahoteli katika upwa wa Kanga. Kwa mawazo yake ujenzi huo una madhara makubwa kuliko faida ya muda mfupi waliyotarajia kuipata kwa kuuza ardhi hiyo.

Vilevile, alijaribu kujenga chuo cha Kiislamu ambacho kingekuwa na chuo cha ufundi na madarasa ya watu wazima. Kwa bahati mbaya mipango hiyo haikutimia na ndio maana matofali aliyofanikiwa kuyapata bado hayajatumika hadi wakati huo.

Sura ya 5

Mikidadi na Harakati za Maendeleo ya Mafia: Milenia Mpya

Mikidadi akipitia kazi zake za siku ile nyumbani kwake, 2002

Usuli wa Tanzania

Katika muongo wa milenia mpya kunajitkoeza shutuma mbalimbali za ulaji rushwa (ufisadi); hali ya kisiasa baina ya Zanzibar na Tanzania bara bado ni tete

2000: Uchaguzi wa pili wa vyama vingi. Vurugu Pemba na Zanzibar na udanganyifu wa kura. CCM yashinda tena na Mkapa aendelea kuwa Raisi

2000. Tanzania yasamehewa baadhi ya madeni

2001. Maendeleo ya Tanzania yasifiwa na vyombo vya kimataifa vya fedha (IMF – International Monetary Fund, Benki ya Dunia na WTO – World Trade Organisation)

2002. Ada ya shule za msingi yafutwa (Sekondari yabaki)

2004: Serikali yazindua mfumo wa kutanua shule za Sekondari (SEDP)

2005: Uchaguzi Mkuu: Kikwete achaguliwa kuwa Raisi

2007. Tanzania yanunua rada ya kutoka Uingereza ya gharama ya juu.

2010: Uchaguzi Mkuu: Kikwete achaguliwa tena.

Usuli wa Mikidadi na familia yake

2000: Fatuma Abdallah ajifungua mtoto wa kike

2002: PC afanya ziara ya 5 kwenda Mafia

2002: Mikidadi afariki

2004: PC afanya ziara ya 6 kwenda Mafia

2004: Abubakari arejea kutoka Misri

2007: Bi. Amina aolewa

2008: Hadiya afariki. Bi. Amina ajifungua mtoto wa kwanza, Rukia Khadijya ahamia Zanzibar

2010: Bi. Amina ajifungua mtoto wa kiume, aitwaye Mikidadi

2010: PC afanya ziara ya 7 kwenda Mafia

Utangulizi

Sura ya 6 inaingia katika milennia mpya, miaka miwili tu baada ya kupigwa kwa mabomu kwa balozi mbalimbali mwaka 1998 jijini Dar es Salaam na Nairobi, na mwaka mmoja kabla ya 9/11. Katika dunia hii iliyogawika katika makundi, Mikidadi anajikuta akitafuta njia yake ya maendeleo na pia hali bora kwa wananchi bila ya kujiingiza katika ufisadi, migogoro na rushwa. Alikuwa jasiri asiyeogopa ('hakuwa mwoga kabisa' alisema mtu mmoja) katika kukabiliana na watu waliokuwa anadhani wanakwamisha maendeleo na madhalimu kwa jamii yake. Hivyo mara kadhaa alikumbana na misukosuko na watawala na hasa alipotuhumiwa kuwa mpinzani katika uanzishwaji wa maradi mkubwa wa kamba. Lakini mara nyingi alikwamishwa katika azma yake ya kuleta maendeleo kutokana na ukosefu wa fedha. Mara nyingine alikuwa anashindwa hata kuihudumia familia yake kwa chakula na ada ya watoto wake.

Miki aliifurahia nafasi ya kufanya utafiti pamoja kati ya mwaka 2002. Alitarajia kujifunza mengi, na pia kufaidika kiposho angalau kwa muda mfupi. Alifanya utafiti binafsi sehemu za Mafia na pia Dar na Zanzibar. Huu ni muda mrefu tuliopata kukaa pamoja na ulitupa fursa kuongelea mambo mengi yahusuyo masuala mbalimbali. Katika sura hii ninatumia maandishi yake mwenyewe na kuyarudufisha baadhi ya mazungumzo yetu.

Hata hivyo baada ya kuondoka kwangu, mwishoni mwa mwezi wa Julai 2002, Mikidadi alianza kusumbuliwa na ugonjwa wa shini-kizo la damu na maradhi mengineyo na alikufa ghafula mwezi wa November 2002 aidha kwa shinikizo la damu au kiharusi.

Tanzania katika Milenia Mpya

Katika mwaka 2000 Tanzania inafanya uchaguzi wake wa pili wa vyama vingi ambapo kunazuka vurugu huko Zanzibar haswa kisiwa cha Pemba ambapo chama kikuu cha upinzani cha CUF kinawa-fuasi wengi. Viongozi wa CUF wanawekwa kizuizini kukabiliana na mashitaka ya uhaini. Mgogoro wa kisiasa unaendelea kwa kipindi chote cha mwisho wa muongo wa milenia mpya mbali ya kufikiwa mwafaka kati ya CUF na CCM. Katika uchaguzi wa 2005 na ule wa 2010 haukuwa na malalamiko ya uchakachuaji kura kuli-kuwa na utulivu kisiasa ukilinganisha na uchaguzi wa 2000 huko Zanzibar. Raisi Mkapa anamwachia madaraka Jakaya Kikwete katika uchaguzi wa 2005 na anachaguliwa tena katika uchaguzi wa 2010. Vyama vya upinzani bado vipo katika mgawanyiko mkubwa na CCM inaendelea kushika hatamu za uongozi mbali ya fukuto ya ndani ya mgawanyiko wa makundi.

Tanzania inaendelea kuwa 'kisiwa' cha amani na kuwakarib-isha wawekezaji kutoka nje haswa katika sekta ya madini. Sekta ya madini na ugunduzi wa gesi katika miaka ya 1990 unapelekea kuanzishwa kwa miradi ya uzalishaji umeme. Miradi mikubwa ya ujenzi wa barabara kama vile ya Dar na Lindi pamoja na ujenzi wa daraja la Mkapa kwenye mto Rufiji unarahishisha usafirishaji kwenda kusini. Wakazi wa Mafia wanafaidika na miradi hiyo kwa kusaidia kupunguza adha ya usafiri kutoka Dar kwenda Kisiwani.

Sehemu kubwa ya sera ya uchumi ya serikali inasisitiza ujenzi wa miundo mbinu na kuhimiza uwekezaji. Mabadiliko ya hali ya hewa na utegemezi wa mvua ya asili unapelekea kuwa na uhaba wa uzalishaji wa chakula na kuilazimisha nchi kuagizia chakula kutoka nje kulisha watu wake wanaoongezeka kwa kasi. Hii inasababisha kuwa na upungufu mkubwa wa fedha za kigeni na ongezeko la madeni ya nje. Hata hivyo nchi inajenga imani na vyombo vya fedha kama vile IMF na Benki ya Dunia na hivyo kuongeza kipato cha uzalishaji wa ndani kwa mwaka (GDP) kwa asilimia 40 kati ya 1998-2007. Tanzania inaendelea kuwa tegemezi wa misaada na mikopo ya kutoka katika mabenki ya kimataifa. Tanzania inaendelea kuwa na mzigo mkubwa wa madeni mbali ya kufutiwa baadhi ya madeni yake na kiasi cha asilimia 40 ya matumizi ya serikali yanaelekezwa katika kulipa madeni. Matabaka yanaanza kujitokeza kwa kasi.

Kwa kipindi hiki chote kuanzia miaka ya 1990, tuhuma za rushwa zinazagaa katika sekta mbalimbali za serikali. Hatua zinazochukuliwa na serikali katika mwaka 1997 baada ya kuwasilishwa ripoti ya rushwa zinaonekana kutokuwa na mafanikio. Kunajitokeza kashfa kubwa za uagizaji wa rada kutoka kampuni ya BAE Systems ya Uingereza, tuhuma za Biwater (mgogoro kati ya kampuni ya kimataifa ya maji na serikali ya Tanzania) na suala la kampuni ya ugavi wa umeme ya Richmond.

Kwa upande wa elimu serikali iliongeza mashule ya Sekondari maradufu. Kwa upande wa Mafia kuliongezwa shule zipatazo 6 zaidi ya shule ya Kitomondo iliyofunguliwa Mwaka 1994, ikiwemo shule ya Sekondari ya Kirongwe iliyokuwa karibu zaidi na vijiji vya Kanga na Bweni. Huduma na vifaa katika shule hizi vilitofautiana viwango, hata hivyo walimu waliokuwa wakipangiwa Mafia walikuwa wanakataa.

Kunajitokeza msuguano baina ya dini kubwa za Ukristo na Uislamu zilizochochewa na matukio ya mabomu ya Septemba 11 nchini Marekani na upigwaji wa mabomu wa balozi za Dar es Salaam na Nairobi mnamo mwaka 1998. Baadhi ya Waislamu walihamasika na 'uamsho wa uislamu mpya' na msimamo mkali wa vikundi kama vile vya Hizb ut Tahrir na kwa upande wa Wakristo kulikuwa na mwamko wa Pentekoste ambao waliongezeka kwa idadi kubwa na hivyo kusababisha ufa wa waziwazi miongoni mwa dini kubwa nchini Tanzania.

Kukutana na Mikidadi Mjini Arusha Mwezi wa April 2002

Nilipanga kuitembelea tena Tanzania kati ya mwaka 2002, na kumwomba Mikidadi iwapo atakuwa tayari kufanya kazi na mimi

iwapo nitafanikiwa kupata fedha ya utafiti. Alifurahia wazo hilo
na kwa hiyo katika maombi yangu ya fedha za utafiti kwa mara ya
kwanza nikaomba mshahara wa mtafiti msaidizi. Katika mwezi wa
Aprili mwaka huo nillihudhuria kongamano mjini Arusha, hivyo
nikamwomba Mikidadi aje tukutane huko na kupanga namna ya
kuendesha utafiti nitakavyorejea mwezi wa juni. Nilishtushwa na
namna Mikidadi alivyozeeka tangu tukatane kwa mara ya mwisho
mwaka 1994 ingawaje alikuwa na umri wa miaka 49 tu. Alikuwa
anaonekana mzee na ndivyo watu walivyokuwa wakimwita.
Ni wazi kuwa hali ya maisha magumu ilikuwa imemkumba na
kumuathiri.

Kukutana kwetu kulitoa fursa ya kuweka sawa habari mbalim-
bali na niliweza kujitumia barua pepe kadhaa na kuweka kumbu-
kumbu ya yale tuliyozungumza. Jambo la kwanza lilikuwa ni
taarifa kuhusiana na familia yake. Mikidadi na Hadiya walifanya
kila juhudi ili waweze kupata mtoto mwingine ikiwa ni pamoja na
kutafuta ushauri wa daktari. Kabla ya kufariki, baba yake alipata
kumshauri Mikidadi aoe mke mwingine - pengine ni katika jiti-
hada za kupata mtoto wa kiume lakini Mikidadi hakukubaliana
na wazo hilo ingawaje alikuwa hasiti kuelezea wasiwasi wake wa
kutokuwa na mtoto wa kiume atakayekuja kuendeleza 'mji wake'
atakapokufa.

Hata hivyo 'mji wake' wa Dar haukuwa na uhaba wa watoto.
Alikuwa bado anamlelea binti wa kwanza wa kike wa Rukia
aitwaye Fatuma kwa kipindi hicho akiwa na umri wa miaka
ishirini na ushee akiwa anachukua kozi ya unesi. Alikuwa pia na
mtoto mwingine wa Rukia kwa upande wa mume wake wa Bweni
pamoja na mtoto wa kaka yake na hivyo kuifanya nyumba yake iwe
na jumla ya watu wazima 6 ambao wote walikuwa wakimtegemea
kimatumizi.

Binti mkubwa wa Miki na Hadiya, Amina, alikuwa bado anaishi
na mama yake mdogo huko Zanzibar, ambako alikuwa anasoma
shule ya Sekondari. Ingawaje hakuwa anaishi na wazazi wake,
Amina alikuwa anamtegemea Mikidadi kumlipia ada na hali hii
ilisababisha nyakati fulani fulani kumletea Mikidadi wasiwasi pale
alipokuwa anashindwa kumlipia ada. Kuna wakati mmoja alin-

iandikia kuwa alisimamishwa shule kwa kukosa ada. Ingawaje nilimtumia fedha hizo, tulipata wasiwasi kuwa ziliibiwa kwani hazikufika.

Huko Mafia, mdogo wake Kuruthumu alikuwa anaendelea vizuri na hakuzaa tena tangu apate watoto mapacha mwaka 1994. Shangazi yake naye alikuwa bado anaishi naye jirani na nyumba ya wazazi wake Mikidadi; bado alikuwa ana nguvu za kujilimia mbali ya kuwa umri wake ulikuwa mkubwa (miaka karibu themanini). Mikidadi alinidokeza kuwa hapendi kuishi na watoto wadogo - jambo la kawaida kwa Mafia kama njia ya kuwasaidia wazee waishio peke yao. Walikuwepo watoto kadhaa wa kumsaidia akiwemo yeye na dada zake wakati wa ujana wao lakini hakuna aliyedumu zaidi ya mwaka. Hivyo anaendelea kuishi peke yake na ni jambo linalomtia wasiwasi Mikidadi.

Nilimuuliza Miki shughuli gani anazofanya kwa wakati huo na akanijibu kuwa anajishughulisha na asasi ya CHAMAMA na nyingine iitwayo WEMESAKU ambacho kilikuwa kinajishughulisha na maswala ya mazingira. Alishiriki katika kukiasisi ili kupambana na uharibifu wa mazingira haswa ukataji miti kwa ajili ya kuni. Miki alikuwa na wasiwasi juu ya hali ya maji kisiwani Mafia. Alinieleza kuwa katika kijiji cha Kanga watu wameanza kulima katika matanda, na hii inamaanisha ya kuwa wanaathiri mikondo ya maji ya ardhini hapo baadaye. Alijaribu kulizungumzia jambo hilo na aliwashirikisha watu wa Hifadhi Bahari ya Kisiwa cha Mafia na alinionesha barua aliyowaandikia ingawaje hakupewa majibu hadi muda huo.

KEEP MAFIA ENVIRONMENT CLEAN AND BEAUTIFUL.
{WEMASAKU}

HEAD OFFICE,
P. O BOX 90,
MAFIA,
TANZANIA.
<wemasaku @ Yahoo.com>

SUB OFFICE.
P.O.BOX 15733,
DAR-ES-SALAAM.
TANZANIA.
<Wemasaku @ Yahoo.com>

Mbali ya shughuli za NGO, Miki alikusudia kuanzisha shule ya kompyuta na aliniomba msaada wa uanzishwaji wa maradi huo.

Niliahidi kumpa laptopu mbili. Lakini kwa vile Mikidadi hakuwa na ujuzi wa kompyuta nilitia shaka juu ya mafanikio ya mradi huo. Mikidadi alikuwa na matumaini ya kuimarisha madrasa ya baba yake kuwa chuo kamili. Hata hivyo gharama za ujenzi ni kubwa mno (alinionesha mchanganuo) na hakuna aliyekuwa tayari kumpa msaada huo. Juu ya hayo madrasa ilikuwa inaendelea vyema ikitoa huduma za kuwafunza watoto mchana na wakubwa jioni. Mikidadi pia alishiriki katika kufundisha kwa kutoa mafunzo ya maarifa zaidi ya elimu ya dini. Alinieleza kuwa amefanikiwa kupata vitabu kutoka Africa Muslim Agency na alinionesha vipeperushi kutoka sehemu mbalimbali. Mikidadi alimudu kusoma, kuzungumza na kuandika kwa Kiarabu lakini kuna wakati ilibidi atafute msaada kwa hiyo aliagiza nimtumie kamusi ya Kiarabu-Kiingereza na vitabu vingine vya Kiarabu.

Bado alikuwa na shauku ya kusafiri nje na kupata elimu zaidi. Nilimuahidi kuwa nitamtafutia nafasi ya kutembelea Ulaya na kabla ya kufanya hivyo ilibidi ajibidiishe kukijua Kiingereza kidhati kabla ya kujiingiza katika utafutaji wa elimu ya juu. Inga-waje alikuwa anaonesha kupevuka katika kukimudu Kiingereza kadri alivyokuwa akiandika katika barua zake, lakini haikuwa katika kiwango kinachomuwezesha kumudu masomo ya elimu ya juu ndani na nje ya Tanznaia.

Mikidadi alinipa habari za matukio ya kijijini. Ni wazi kuwa mabadiliko yameanza kujitokeza. Kuna makanisa mawili na baadhi ya vilabu vya pombe yaliyotumiwa na wahamiaji, wengi wao wakiwa ni Wamakonde (Wakristo) lakini vilabu vilitumika pia na vijana wa Kanga jambo lililowashtua wazazi wao. Kwa upande wa Uislamu, mabadiliko yalianza kutokea ambapo walimu wawili waliotumwa na jumuia moja ya kiisilamu ya Dar es Salaam walikuja kufundisha Uislamu 'safi' katika kijiji cha Bweni na hivyo walikataza tabia ya kuabudu na kutolea sadaka mizimu. Ilibidi waliokuwa wakitaka kufanya hivyo watumie njia za kujifichaficha wanapokwenda katika mapango (panga) kutoa sadaka na kuomba mizimu. Kwa upande wa Kanga bado msukumo huo haujawafikiya ingawaje kulikuwa na watu kama Mikidadi aliyetaka desturi hizo zitikomee: 'Siku hizi watu wameelimika na vijana wana mitazamo

tofauti na wamewazidi wazee wao kwa idadi'. Lakini alijifunza
kutoka kwa baba yake kuwa na uvumilivu katika masuala ya imani
za mapepo ingawa yeye mwenyewe alitumia sadaka za mizimu na
kumwambia Miki 'Utaona hakuna kitakachonidhuru'.

Nilimuuliza Miki iwapo watu bado wanategemea zao la nazi
na uvuvi kujikimu kimaisha. Alijibu kuwa bado wanategemea
shughuli hizo lakini pia kumeongezeka ulimaji na uuzaji wa
karanga, maboga, mahindi na viazi vitamu. Yeye binafisi alitaka
kuanzisha gulio kijijini lakini hakupata baraka za serikali. Hata
hivyo kulikuwa na maendeleo makubwa katika uvuvi kutokana
na mauzo ya pweza na kambakoche ambao walikuwa na bei ya
juu. Hata hivyo Miki alisikitishwa na ukweli kuwa wavuvi wengi
bado wanatumia zana na utaalamu duni wa uvuvi wa asili kama
wa nyavu, mishipi, wando, na madema. Ni wale wavuvi tu walio-
mudu kununua vyombo vinavyotumia mashine ambao waliweza
kufaidika na uvuvi kwa kuvua bahari kuu na kumudu kuuza samaki
hadi Dar. Alitaja ujaji wa kampuni ya Tanpesca, ilyokuwa sehemu
ya kampuni ya zamani ya Hellas iliyopo Kilindoni ambayo ilikuwa
inanunua samaki wakahifadhiwa katika barafu kwa kuuzwa katika
masoko ya nje.

Mikidadi alinieleza namna Mafia ilivyopiga hatua haswa
sehemu za Kilindoni ambapo sasa kuna maduka ya kila aina kama
ya madawa na fanicha. Pia kuna TV ya setilaiti lakini kwa upande
wa kaskazini maendeleo bado jamii haijapiga hatua.

Hata hivyo, miundo mbinu ya Mafia bado ni duni, mbali ya
kutolewa fedha kwa ajili ya ujenzi wa barabara ya iunganishayo
Kaskazini na Kusini mwa Mafia, bado haipo katika kiwango cha
kuridhisha. Mawasiliano na upande wa bara yameimarika kufuatia
kukamilika kwa barabara ya kutokea Dar hadi Kisiju, ambapo ni
kituo cha karibu kuelekea Mafia kwa boti. Vilevile kuna usafiri wa
feri na majahazi kati ya Kilindoni na bara.

Mikidadi alibainisha kuwa mradi wa Hifadhi ya Bahari
umewakatisha tamaa watu wa Mafia.

*Mwanzoni walidai kuwa idadi kubwa ya watumishi katika Hifadhi hiyo
wangekuwa wana Mafia na iwapo wataalamu wangekosekana basi
wangewafundisha wenyeji lakini hilo halikutokea. Watu walidhani kuwa*

watasaidiwa vifaa vya kisasa vya uvuvi pamoja na maboti ili wamudu kuvua bahari kuu hilo nalo halikutimizwa. Kukawepo na suala la mipaka ya eneo la hifadhi ambalo kila kukicha linazidi kutanuliwa ambapo sasa limefika hadi kaskazini ya Bweni.

Kuna tatizo la kisiwa cha Jibondo ambapo taasisi ya Hifadhi Bahari ya Kisiwa cha Mafia imetandaza maboya kuonesha sehemu ambazo wavuvi hawakuruhusiwa kuvua, maeneo ambayo hayakuwepo katika mkataba wao wa mwanzo na hivyo kusababisha vurugu na polisi na pia kunyang'anywa kwa vifaa vya kuvulia vya wananchi. Lakini juu ya yote, wananchi wa kawaida hapa Mafia hawajui umuhimu wa Hifadhi ya Bahari na hawaelezwi umuhimu wake. Ni wafanya kazi tu ndio wana-elimishwa (wasomi) juu ya shughuli za Hifadhi ya Bahari. Hali hiyo haina budi kubadilika.

Mara nyingi swali alilokuwa akijiuliza Mikidadi ni kwa nini Mafia iko nyuma kiasi hicho. Alijaribu kutafuta majibu ya swali hilo na alikuwa na majibu kadhaa. Moja ya sababu alizozitoa ni ukosefu wa utashi kwa viongozi wa serikali na chama tawala. Viongozi wengi wanaopangiwa kufanya kazi kisiwani Mafia wanatoka bara, na wengi wao ni Wakristo na hivyo huwachukulia wenyeji kuwa ni watu tofauti na wao. Yeye na asasi yake walipigania kwa wenyeji kupewa nafasi za uongozi wa serikali ingawaje shauku hiyo ilikwazwa na ukosefu wa elimu na ujuzi wa wenyeji walio wengi. Mashirika ya misaada na wadhamini kutoka nje wanash-indwa kuwafikia wananchi kwa urahisi hivyo wanakwepa kufika Mafia kutoa misaada kutokana na ugumu wa mawasiliano.

Baada ya mazungumzo yangu na Mikidadi, nilipanga kufanya utafiti wetu wa 2002 umakinikie masuala ya mabadiliko na maoni ya wenyeji katika masuala ya usasa si tu kwa Kanga na vijiji jirani bali kwa kisiwa kizima, kuanzia mjini Kilindoni, hadi maeneo ya utalii ya Utende kwa upande wa kusini-mashariki ya Mafia. Nili-taka pia tushughulikie maisha ya wakazi wa Mafia waliohamia Dar es Salaam na Zanzibar. Hii ilikuwa ni ratiba pana ambayo mafan-ikio yake kwa kiasi kikubwa yanategemea msaada wa Mikidadi.

Kufanya Kazi na Mikidadi kati ya 2002

Kati ya mwezi wa Aprili na Juni, mimi na Mikidadi tuliwasiliana mara kwa mara ambapo kwa sasa tulianza kutumia mawasiliano ya intaneti (kwa akaunti ya ushirikiano na wengine kwenye vioski vya intanenti) Tulikubaliana akarabati nyumba ya wazazi wake nije niitumie wakati wa utafiti huko kijijini na kwamba mtoto wa Kuruthumu aitwaye Ticha tutaishi nyumba moja. Ticha, ambaye amemaliza kidato cha 6 na bado yuko nyumbani, atatusaidia kwa shughuli za nyumbani wakati wa utafiti. Nyumba ipo karibu na madrasa na karibu na nyumba ya shangazi yake Mikidadi. Ipo katikati ya kijiji karibu na barabara kuu kituo cha malori yaendayo Bweni na Kirongwe. Tulikaa takribani mwezi mzima katika nyumba hiyo.

Mikidadi alifanya matayarisho yote yahusuyo mikutano yetu na alihakikisha kuwa anawataarifu mapema haswa ikichukuliwa muda mfupi niliokuwa nao. Matayarisho hayo yalisaidia sana ingawaje kuna wakati matatizo ya hapa na pale yalijitokeza. Mfano upo wakati tuliwaalika vijana nyumbani kwangu. Sikuweza kufahamu ni kwa nini wasichana wawili walikuwa wamenuniana. Nilikuja kuelezwa kuwa wasichana hao walikuwa wanamgombania kijana mmoja waolewe naye ambaye alikuwepo katika mkutano ule. Mikidadi hakutilia maanani ushauri wangu kuwa hali ile ingeweza kuleta tafrani.

Hata hivyo alidiriki kunionya kuwa ipo haja ya kuwafikiria watu tunaowahoji kwa ujira kidogo. Mwanzoni Ticha alikuwa anaandaa viburudisho vya chai na maandazi. Utaratibu huo haukuwa na uhakika. Ticha alikuwa na majukumu mengine na si mara zote alikuwa anapatikana nyumbani, na tukausimamisha utaratibu huo na wahojiwa wakaanza kutoa malalamiko. Nilimuomba ushauri Miki jambo la kufanya na akanishauri kuwa tununue zawadi kama tochi pale atapokwenda Kilindoni. Utaratibu huu ulifanikisha zoezi letu.

Mikidadi naye alikuwa anajishughulisha na utafiti. Nilimwomba ashughulikie hoja zinazohusiana na UKIMWI ambao nao umeanza kushamiri kisiwani Mafia, na chakula, hasa upatikanaji wake, utafiti ambao niliushughulikia katika safari zangu za mwanzo lakini sikupata muda wa kuubainisha kwa kina. Pia alishughulikia hoja ya watu wanaomiliki maboti na rasilimali nyinginezo pamoja na bei ya bidhaa katika soko la Kilindoni. Nilitaka kujua kuhusu Wanakanga waliohamia Kilindoni na Dar es Salaam. Vilevile alini-

fanyia sensa ya madrasa ya Kanga. Nilimwomba pia kushughulikia
Sikukuu ya Mwaka Kongwa na akaandika taarifa ifuatayo:
*Mwaka huu wa 2002. Mwaka Kongwa (kogwa) ulifanya tarehe 22/7/2002
sawa na mwezi 11 mwandamo 1423 hapa kijijini Kanga kuanzia majira
ya saa moja mpaka saa tano mchana katika vituo vya Rasini, Karibuni
na Udongo. Watu wa rika tofauti wakiwemo wanawake, wanaume, wasi-
chana na wavulana walikwenda pwani kukoga mwaka, kuagana na
magonjwa na mabalaa ya mwaka uliopita na kukaribisha mwaka mpya.*

*Mwaka huu watu wazima wa jinsia zote walikuwa kidogo mno isipokuwa
vijana wadogo wa kike na kiume wenye umri wa miaka 1 mpaka 15.
Desturi ya zamani iliyokuwa ikifanywa Siku ya Mwaka imeonekana
mwaka huu kupungua, yaani mikate kupelekwa pwani kuliwa na watu
wengi pamoja na nyimbo za asili, na kutolewa ada yaani mpunga,
mtama, na pesa kutoka kwa yule atakayetembelewa na watu wa Mwaka.
Mwaka huu nyimbo za asili na ada zimetolewa kituo cha Udongo tu.
Karibuni pamoja na mikate kuliwa kwa wingi Pwani.*

*Kama kawaida wakati wa jioni vijana wa kike na kiume walivalia nguo
mpya na walifurika mitaani na Kichuni ambako kulipigwa ngoma ya
kichengele ngoma ambayo si ya asili ya hapa Kanga, ni ya kusini kama
Mtwara na Lindi. Ngoma za asili za hapa Kanga ni kama vile Kidatu,
Sonondo na Mkwaju, lakini hazikuchezwa zaidi ya Kisengele. Vijana
walishereheka na Video na mipira ya miguu vijana wadogo.*

*La kufurahisha ni kwamba wiki moja kabla ya siku ya mwaka mkubwa
watu mbalimbali walisafisha makaburi lakini swala la utoaji wa Mafu-
rungu halikufanyika popote kijini Kanga. Aidha nimepiga picha matukio
kadhaa ya mwaka.*

Kuna mabadiliko makubwa katika namna alivyorikodi matukio
ya mwaka kogwa ya 1966 na yale ya 2002. Katika haya ya sasa
ameweza kuzama zaidi katika kuhadithia kwake. Kuna uangalifu
mkubwa katika kuonesha yale aliyoyaona na pia tunaona anavy-
osikitika kwa kupotea kwa baadhi ya mila kama vile nyimbo na
ngoma ambazo zimekabiliwa na mkondo wa mabadiliko kutoka
nje ya Kanga.

Nilimwomba Mikidadi kuandika kwenye shajara lakini inaelekea
inakuwa vigumu kwake kufanya hivyo kwa kila siku hivyo nikam-

womba arikodi katika kinasa sauti na akakubali kufanya hivyo. Jioni moja, tukiwa sote tumealikwa katika chakula cha jioni kwa maharusi wapya, Mikidadi alirikodi tukio lifuatalo ambalo lilidhi-hirisha umakini wake:

Jioni hii tumealikwa na Prof. Pat Caplan kwenda kula chakula kwa maha-rusi. Huko tulikuwa watu watano, bwana na bibi harusi, Prof. Pat Caplan, Abdallah Mussa Ali na mimi. Muda mfupi baada ya kuanza kula chakula Prof akapatwa na tatizo la kukwamwa na mwiba wa samaki. Wote tuli-shughulika na tulisimama kula mpaka nikatoa wazo la kumpatia Prof. Caplan chapati. Bahati nzuri mwiba ukaenda tumboni na tatizo hilo likawa limekwisha (kicheko kwa mbali) na tukaendelea na kula kama kawaida mpaka tukamaliza. Kwa kweli chakula kilikuwa kitamu na cha kutosha na maandalizi mazuri na kilipendeza sana. Na tuliondoka nyumba hiyo saa mbili na nusu usiku na tulifika nyumbani salama.

Tukio la kukwamwa na mwiba lilikuwa la hatari mno, na kama si Mikidadi kufikiria njia ya kunipatia chapati na kunitaka nimeze hali ingekuwa mbaya!

Mikidadi na Hadiya wakiwa kwenye mkahawa matembezini Pangani, 2002

Mazungumzo na Mikidadi

Tulipokuwa Kanga, mimi na Miki tulikuwa na ratiba ya kuju-
muisha yale yote tuliyokusanya kwa siku nyakati za jioni wakati
tukitembea katika upwa au usiku baada ya chakula cha usiku tuki-
tumia mwanga wa kandili. Niliandikia baadhi ya mazungumzo
hayo kwa ufupi na ifuatayo ni mojawapo ya sehemu ya mazu-
ngumzo hayo yahusuyo: mazungumzo juu ya Uislamu na matu-
maini yake ya ujenzi wa Chuo cha Kiislamu; sehemu ya pili ya
mazungumzo yetu yalihusu vikwazo vya maendeleo ya Mafia; na
sehemu ya tatu inahusu mawazo yangu katika kitabu cha Mafia
cha 'African Voices'.

Mazungumzo ya Kwanza: Chuo cha kiislamu na uislamu 6/7/02
Tangu alipofariki baba yake, Mikidadi alichukulia jukumu la kuen-
deleza chuo alichokiacha baba yake kama jukumu lake maalumu.
Alikaimu kama mudri wa chuo mpaka alipofikwa na mauti, aliteua
waalimu, alikusanya na kutafuta misaada na vifaa kama vile vitabu
kwa ajili ya chuo, alirekebisha mtaala ili wanafunzi waweze kudurusu
Kurani na pia kuielewa. Nilipokuwa kijijini Kanga mwa 1994, Mikidadi
alinielezea mipango yake ya upanuzi wa madrasa kufikia hadhi ya
chuo cha Kiislamu kwa kupata matofali ya ujenzi, kubadilisha mitaala
na kuingiza elimu ya ufundi na masomo ya 'kidunia'. Kwenye mwezi
wa Mei mwaka 1995, aliandika hivi:

Kazi ya ujenzi wa chuo pale nyumbani umeanza. Sasa natengeneza
matofali (bricks) na nimepata mfadhili ambaye amenipa cement mifuko
250. Na mifuko 50 nimeshaleta kutoka Dar. Na huyu mfadhili nimempata
Dar es Salaam anaitwa Zacharia.

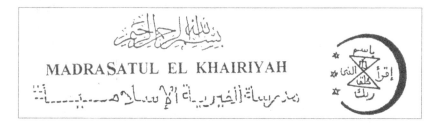

Aliendelea kuelezea upanuzi wa madrasa (badala ya Chuo) katika barua zilizofuatia, ambapo katika barua ya Julai 1997, kulikuwa na kichwa kipya katika barua yake: MADRASATUL EL KHAIIRIYAH, SLP 90, Simu 56, Kanga, Mafia, Tanzania. Ni wazi kuwa mradi huu wa upanuzi wa chuo ulimshughulisha muda mwingi:

3/06/97. HABARI ZANGU: Kazi kubwa ninayofanya ni kushughulikia ujenzi wa ile Madrassa pale nyumbani Kange. Mpaka sasa nimepata mato-fali 3600. Nangoja yafikie 6000 ili nianze kujenga. Hivi sasa natayarisha plan (mchoro) na write up. Lengo langu ni kujenga secondary school ambayo itatoa Elimu ya Dini na Elimu ya Secondary hadi form IV. Pia nate-gemea kuendesha kozi fupi ya cherehani, umeme, Typing, Useremala na Computer hapo baadaye. Mchoro (plan) na write up nitakuletea pamoja na picha za vitu nilivyokusanaya, matofali, mawe nk. Natumaini hata wewe utaleta msaada wako.

Katika kielelezo cha barua hiyohiyo alielezea juu ya jina rasmi la madrasa kama inavyoonekana katika waraka huo:

Hizi ndizo karatasi ninazotumia kufanyia mawasiliano kuhusu shule hii ambayo naijenga. Watu wa Kanga na Mafia kwa ujumla wanashangaa juu ya jambo hili. Nimeshaunda kamati ya ujenzi na katiba ya muundo wa shule ilivyo pamoja na Board.

Nilipokuwa niko kijijini mwaka 2002, chuo au madrasa ilikuwa jirani tu na nyumba niliyofikia. Nilipata fursa ya kufuatilia tara-tibu za kila siku zinavyoendelea katika chuo hiko, haswa namna watoto wanavyokuja na kuondoka, na wakati mwingine kuhud-huria madarasani. Katika shajara yangu niliandika:

Watoto hufika asubuhi saa 2 na kutumia muda wa saa moja kufanya usafi kwa kufagia eneo lote la chuo. Kisha hugawanyika katika madarasa mawili, moja kwa ajili ya wasichana na jengine ni la wavulana, au mara nyingine wakiwa wakiwa watoto wadogo au wakubwa. Na kisha huanza kusoma. Mikidadi alinionesha mtaala wanaoutumia - kuna vitabu saba vya Kiarabu: 'Hufundisha upweke wa Mungu'. Huvipata bure vitabu hivyo. Nilimuuliza ni kwa nini havipo katika lugha ya Kiswahili? 'Kwa sababu hawajifunzi matamshi ya Kiarabu - mwalimu anawatafsiria'. Nilimuuiliza huwa vinatoka wapi vitabu hivyo, akanileza kuwa vinatoka Kuwait na Saudi Arabia. Alipendelea hivyo kwa sababu havilazimishi itikadi yao, ambapo vitabu kutoka Irani vinasisitiza itikadi ya Kishia.

Nilimuuliza Miki ni kwa nini hapakuwekwa madrasa moja tu kwa Kanga yote badala ya madarasa saba zilizopo muda huo, na nyingine inakarabatiwa, haikuwa busara wote kukusanya nguvu kwa pamoja? Mikidadi alijibu kuwa kwa yeye yuko tayari kulifanya hilo lakini wengi hawataridhia kwani Kurani inasema kwamba iwapo unaweza jenga msikiti au madrasa ili kila mtu ajijengee heshima yake.

Tulihamia somo la jinsi waalimu wanavyowafundisha watoto. Asubuhi yake nilipokuwa nyumbani kwa rafiki yangu mtoto wa kike aliyekuwa akisaidia kulelea mtoto wa rafiki yake alimsihi mwenzie asifanye hivyo kwa siku hiyo kwani kwa kutokwenda madrasa siku hiyo ataadhibiwa.

Rafiki mwingine alinionesha kipeperushi cha Wizara ya Elimu ya Tanzania chenye mpango mkakati wa miaka 5 wa 2002-6 unaoelezea suala la watoto kuadhibiwa shuleni. Nilimuulizia Miki-dadi maoni yake kuhusu hilo naye akasema kuwa :'Ndio ni kweli tunakatazwa kuwaadhibu watoto shuleni, isipokuwa pale pasipo-bidi wakifanya makosa makubwa kama vile utoro au matumizi ya lugha chafu.

Pat: Je, kwenye madrasa nako mnafanyaje? Je, waalimu wana-ruhusiwa kupiga watoto?

Miki: Ndiyo, hata huku pia tunakataza lakini tunawagusa au kuwaf-inya ili kuwaamsha.

Nyakati za asubuhi, alishakuja mama mtu mzima kumwombea mtoto wake udhuru wa kutofika madrasa kwa Mikidadi, 'Mpunga wangu unaoza, nahitaji msaada kuuvuna.' Miki hakukubaliana naye: 'Siwezi kukubali wote waondoke tu'. Hatimaye baada ya kuombwa sana, alikubali kwa siku moja tu. Kwa kuona hivyo, nilimuuliza Mikidadi kuhusiana na ratiba ya watoto:

Pat: Ni kwa nini watoto husoma siku saba kwa wiki? Hawhaitaji kupumzika hata kidogo?

Miki: Ndiyo, lakini huja madrasa siku mbili tu pale shule zinapofun-guliwa na wakati mwingine hutakiwa kwenda shuleni Jumamosi

kwa michezo au mitihani - wazazi na mimi mwenyewe tunali-
chukia jambo hilo. Na kisha tunakuwa nao kwa siku nne kwa wiki
wakati wa likizo za shule.

Pat: Vipi kuhusu usaidizi majumbani? Watapataje muda iwapo aidha
wanatakiwa wawe shuleni au madrasa muda wote?

Miki: Wanaweza kutumia muda wa mapumziko kati ya saa 5 na saa 8.

Tukahamia katika mada ya Uislamu na adhabu za Kiislamu.
Mikidadi alieleza msimamo wake kwamba: 'Hatuna budi kufuata
Kurani ilivyoandika - hata kama ni kuadhibu kwa kupiga mawe
panapothibitishwa uzinifu.' Nilikumbuka mazungumzo yangu
na baba yake miaka iliyopita kuhusiana na mwanamke wa Kanga
aliyekwenda Kilindoni baada ya kuachika na huko akajiingiza
katika biashara ya ukahaba, ambapo baba yake alisema kuwa
hatakuwa na kinyongo naye akiamua kurejea kijijini (angalia sura
iliyopita) na nilipatwa na fikra kuwa pengine Mikidadi ameingia
katika msimamo mkali wa dini ya Kiislamu kwa sasa. Niliendelea
kuhoji zaidi:

Pat: Hivi ni kweli kuwa unaweza kumkata mkono mwizi?

Miki: Bila shaka, na ndiyo njia pekee ya kukomesha wizi.

Pat: Lakini ni umaskini ndiyo unaosababisha watu kuiba!

Miki: Uislamu unaweza kulishughulikia suala la umaskini kwa njia
ya utoaji zaka, lakini watu hawataki kufanya hivyo.

Pat: Watatoaje iwapo hali yao ni duni kupindukia?

Miki: Hapana, kila mmoja atatoa kidogo alichonacho na kusaidia
wale wasionacho.

Msimamo huu mkali wa Mikidadi uliendana kinyume kabisa na
suala la ukatili kwa wanyama nililowahi kushuhudia na kulizung-
umzia. Siku moja nilikuwa nafanya kazi ndani ya nyumba, nikasikia
makelele yaliofanywa na watoto wa madrasa na nilipotoka nje
nikakuta wanamuandama kenge na fimbo wakikusudia kumuua.
Mikidadi aliporudi nilimuuliza maoni yake kwa kile kitendo.
Hakusema mengi, bali siku chache baadaye nilimwona mtu mzima
akitoa darasa, nilipomuuliza Miki huyu ni nani, akaniambia kuwa
ni mwalimu ambaye amemuomba aje aelezee Uislamu unavyo-
zungumzia namna ya kuishi na viumbe hai vinginevyo. Mikidadi
alidokeza katika shajara yake:

Leo pia kumefanyika mafunzo rasmi chuoni yaani madrasa kuhusu suala la kuhurumia wanyama na kuacha kuwaua hovyo. Mafundisho hayo yametolewa na Maalim Hamisi Omari, mjumbe wa kamati ya madrasa, kitengo cha mafunzo ambaye nilimuomba aje madrasa kuongea na wanafunzi juu ya suala hilo. Wanafunzi wote wameomba radhi juu ya jambo hilo na kuahidi kutorudia tena.

Tulikuwa na suala jengine ambalo nilitaka tulizungumzie lakini hatukupata wasaa nalo lilihusu mashambulizi ya mabomu ya Septemba 11, 2001 huko New York Marekani. Nilipofika nyumbani kwa Mikidadi kwa mara ya kwanza nyumbani kwake Dar mwaka 2002, niliona katika mlango picha ya Osama bin Laden. Nilimuuiliza Mikidadi kuhusiana na picha ile na kwa nini imebandikwa pale. 'Ah yule mkorofi! watoto wameibandika pale ingawaje sikupenda iwe hivyo'. Kwa namna ninavyomjua Mikidadi kuwa siku zote si mtu kukubali ukorofi wa aina yoyote ile katika nyumba yake sikushawishika na majibu yale kirahisi. Kwa wakati ule sikutaka kulizungumzia jambo lile kwa undani kwa kuhofia kadamnasi iliyokuwepo pale lakini baadaye niliandika katika shajara yangu kuwa 'Madau yote kwa sasa yanapeperusha bendera OBL (Osama bin Laden)' na nilitarajia kumuuliza Mikidadi zaidi kuhusiana na mada hiyo lakini sikubahatika kufanya hivyo.

Iwapo nilihofu kuwa kwa kipindi hicho Mikidadi ameangukia katika madhehebu ya Wasalafu au Ansaar Sunna kama wanavyojulikana, hilo niliondolewa shaka na watu wake wa karibu kuwa yupo katika msimamo wa kati. Mmoja alianimbia kuwa, 'ndio hufuata dini lakini sio msimamo mkali.' Hata hivyo kwa namna ninavyomfahamu Mikidadi, tangu mwaka 1985, kwa kiasi fulani msimamo wake umebadilika. Mwishoni mwa miaka mitatu Mikidadi alijitolea katika Jumuia ya Vijana wa Kiislamu Tanzania. Alianza kufuga ndevu. Alinieleza kipindi hicho kuwa: 'Baba yangu hazipendi, kwani zinanifanya nionekane mzee kuliko yeye.' Pengine Mikidadi alifuga ndevu kuendana na msimamo mpya wa sunna za Kiislamu au pengine kutaka kujitenga na msimamo wa baba yake.

Kati ya hilo sikuwa na uhakika alikuwa anaegemea wapi. Lakini kwenye mwaka 2002 alinieleza waziwazi kuwa kwa sasa mila na desturi nyingi za zamani hazikubaliki. Tulipokuwa tunatembea ukanda wa pwani, ghafla aliniomba kuwa, 'kama nikifa, sitaki nifanyiwe karamu. Niahidi kuwa utawaeleza watu hilo.' Nilistuka sana na kumkumbusha Mikidadi kuwa mimi ni mkubwa kwake kwa karibu miaka kumi na mbili, na haitakuwa rahisi mimi kuishi zaidi yake. Nikamuuliza kwa nini hakutaka karamu ifanywe hali ya kuwa yeye alimwandalia baba yake hapo awali. 'Si Uislamu' alijibu.

Inaelekea Uislamu wa Mikidadi ulikuwa unabadilika kwa muda, kuna wakati alikuwa akijichanganya katika misimamo yake. Kwa upande fulani anajikuta ana mitazamo huria, nyakati nyingine ana mitazamo tofauti. Moja ya eneo ambalo lilikuwa linamtatiza ni lile la mila au desturi ambalo mara nyingi lilikuwa linachanganyika na imani za Kiislamu katika jamii za Waswahili. Mikadadi alidai kuwa imani za kupunga pepo, karamu katika mazishi hazina budi kuachwa ili Waswahili wawe wa umma mmoja na Waislamu duniani. Lakini hakuona pingamizi kati ya uislamu na usasa, au elimu ya dini na kidunia. Hakuona pingamizi katika kuvaa hijabu kwa wanawake na kutafuta elimu ya 'akhera' na 'dunia'.

Mazungumzo ya Pili: Kukabiliana na maendeleo yasiyofaa: uuzaji wa ardhi kwa ajili ya mahoteli na mashamba ya kamba.
Kama nilivyosema katika sura iliyopita, Mikidadi na wanachama wengine wa CHAMAMA waliendesha kampeni dhidi ya uuzwaji wa ardhi ya pwani kwa wawekezaji lakini bila mafanikio. Wachache tu ndio waliokataa kuuza lakini nao walikumbana na shinikizo kubwa kufanya hivyo. Katika shajara yangu ya mwaka 2002 niliandika yafuatayo:

Saa 9.30 nilitembea eneo la Msitikini (pwani) na MJK kukutana na watu wawili ambao wamekataa kuuza eneo lao kwa wawekezaji wa hoteli za Kiitaliano. Tulitembelea eneo la upwa wote na tukajisikia wanyonge kwa kukuta kuwa karibu eneo lote hilo litakuwa mali ya wenye mahoteli.

Mikidadi alilitazama swala la maendeleo ya utalii kwa umakini mno, na kufikia hatima ya kuwa ajira zitakazozalishwa ni zile za vibarua na wafanyakazi wa chini mno, ila kitakachojitokeza ni ujaji wa watalii ambao wana uoni mdogo wa mila na desturi za wenyeji na ambao watakuja kuvuruga mila za waswahili. Aliona kuwa ipo haja kwa Mafia kuwa na utalii ambao utakuwa chini ya wenyeji. Tulilizungumzia suala hilo kwa kirefu mwaka 2002, na nilimweleza mikakati kama hiyo katika sehemu nyingine za Tanzania ambapo wenyeji walishika hatamu za uongozi na hivyo kuleta mabadiliko katika maisha ya watu. Kwa bahati mbaya hakukuwa na dalili kuwa maendeleo ya utalii kwa upande wa Mafia yatafuata mkondo huo ambapo ni ule utalii wa ngazi ya juu ndio unaoshamiri haswa huko katika mahoteli ya kusini-mashariki ya Mafia.

Si suala la mahoteli pekee lililokuwa limeshamiri huko kisiwani Mafia. Uanzishwaji wa mashamba ya kamba katika delta ya Rufiji nao ulikuwa upo mbioni. Katika miaka ya1990, kulikuwa na mradi ambao ulioshindwa kutekelezeka ambao ungekuwa ni mradi mkubwa kuliko yote ya shamba la kamba duniani kote. Mradi huu ulizua mvutano mkubwa na wenyeji ambao waliutumia umoja wa asasi zisizo za kiserikali (NGO) za waandishi wa habari za masuala ya mazingira (JET – Journalists' Environmental Association) na timu ya wanasheria wa mazingira (LEAT - Lawyers' Environmental Action Team) moja ya sababu ya kupinga mradi huo ni kuwa mradi huo uliharibu sana mazingira huko sehemu za bara la Asia. Baada ya miaka mingi ya kupigania kupata vibali, kampuni husika ilishindwa kuendelea na madai kutokana na kujilimbikia madeni makubwa yaliyotokana na gharama za kesi.

Katika mwanzo wa 2002, kampuni ya Alphakrust, yenye mnasaba na kampuni ya Tanpesca, ambayo ilinunua kampuni ya Hellas ya Kilindoni nayo, iliingia katika mbio za kuweka shamba la hekta 100 la uduvi huko katika kijiji cha Jimbo kilichopo kaskazini ya Mafia. Mradi huu nao pia ulileta msuguano mkubwa. Diwani mmoja alinieleza yafuatayo mwaka 2002:

Mwanzoni viongozi wa kijiji walikubaliana na wazo la kuanzisha shamba la kamba. Lakini baadaye kijiji kizima kilikataa na hivyo kupeleka barua katika Baraza la Mazingira la Taifa ambalo lilisimamisha mradi huo. Wakuu wa serikali wa Mafia hawakupendezwa na hatua hiyo, lakini wakalipeleka suala hilo kujadiliwa na Kamati ya Ardhi ya Wilaya. Huko mmoja wa Madiwani aliuliza maswali mengi haswa kuhusu faida na hasara ya mradi huo kiasi cha kuitwa ni mkorofi. Unaona zipo sheria zinazowapa wananchi nguvu za kuamua mambo yanayowahusu moja kwa moja lakini sheria hizo hazifuatwi kwa vitendo.

Tuliongelea suala la mradi huo mara kadhaa na Mikidadi. Mwanzoni mwa safari yangu nilipokuwa Dar, niliandika katika shajara yangu kuwa:

Mikidadi kanitembelea mara baada ya kumaliza chai ya asubuhi na tulikuwa na mazungumzo marefu, na tuliendelea zaidi kwa vile kulikuwa na mvua ambayo ilimzuia kuondoka. Tuliongelea suala la mradi wa uvuvi wa kamba na upinzani wake na kikundi chake, na akanieleza kuwa Halmashauri ya Wilaya iko pamoja nao, lakini viongozi wa serikali waliutaka mradi huo. Aliona kuwa maisha yake yako hatarini kwani alikuwa hana budi kupigania kila kitu - alinieleza kuwa anahisi aliwekewa sumu katika chakula kwani alikuwa anaumwa sana.

Mgongano wake ulithibitishwa na mwanakamati mwingine wa CHAMAMA katika mazungumzo yetu huko Kilindoni na niliandika yafuatayo katika shajara yangu:

Alieleza kuwa CHAMAMA kimefukuzwa katika majengo ya ofisi waliyokuwa wakiyatumia na wamekumbana na upinzani kwa sababu ya kutokuwa watu wa 'ndio bwana' au 'Hewallah Bwana' kwa kila mtu. Aliniambia kuwa 'Mimi si mtendaji wa serikali kwa hiyo niko huru kusema na ninasema hivyo bayana.' Alikuwa anasoma gazeti na nilimuuliza iwapo kuna habari yoyote ihusuyo mradi wa kamba. Anasema kuwa amesikia redioni, lakini hajaona katika gazeti lolote. Anasema kuwa kuhusu upande wa mradi wa kijiji cha Jimbo, uamuzi haupo katika ngazi ya kijiji. 'Wanahitaji waje kuwaelezea wananchi. Hii ndio faida yake na hizi ndio hasara zake.' Akatumia mfano halisi - kama ukijaza maji katika glasi, utaona maji yaliyopo juu na sio mpaka chini. Unahitaji kujua kuwa kuna maji chini pia!' Pia anaongea kwa hasira namna waajiri wa Tanpesca wanavyowalipa wafanyakazi wao: 'Hawalipwi hata kima cha chini - kwa shifti ya masaa 11.5 wao hulipwa 1,200/- tu!'

Baadaye nilipokuwa Kanga, nilirikodi katika shajara yangu kile kilichotokea kwa Mikidadi pale alipoitwa kwa Mkuu wa Wilaya huko Kilindoni:

Mikidadi anaeleza kuwa aliitwa kwa ofisi ya Mkuu wa Wilaya ambaye alikuwa anaongea na Mkuu wa Mkoa wa Pwani (Mkuu wake). Alibidi asubiri kwa muda mrefu kiasi cha kuwa hatarini kulikosa lori liendalo Kanga. Aliamua kuwa atazungumza naye siku nyingine kwani sasa suala la mradi wa kamba lishafika katika vyombo vya magazeti.

Alinieleza kuwa mwanzoni mwa Julai alikuwa Kilindoni ambako aliitwa na Mkuu wa Wilaya na akawekwa 'kiti moto.' Alielezwa kuwa kuna malalamiko kuhusu yeye:

- *Sababu ya kusimamishwa kwa mradi wa kamba na Baraza la Mazingira la Taifa ni yeye ndiye mhusika aliyeendesha kampeni za magazeti.*
- *Alikuwa anasababisha ukorofi tangu kipindi cha Mbunge aliyepita.*
- *Kila ambacho Mkuu wa Wilaya anakifanya kuwaletea wananchi maendeleo, yeye Mikidadi anakipinga na hivyo Mkuu wa Wilaya anakusudia kukipiga marufuku CHAMAMA.*

Miki alimuuliza: 'Ushaidi gani unao kuhusu hayo? Huwezi tu kusema mambo kama hayo!' Mkuu wa Wilaya alimjibu 'Nina mikono mirefu!'. Walitumia muda mwingi karibu masaa matatu na mwishoni Mkuu wa Wilaya alimuomba msaada kwa kusema: 'Sina ninalomudu kulifanikisha hapa (Mafia), kila kitu kinakwama.'

Miki alidhihaki kitendo hicho na alikuwa akiwaeleza watu wake juu ya 'kiti moto'. Lakini pia alinieleza kuwa alishatishiwa kutiwa ndani na watawala waliopita. Kwa mfano katika mwaka 1993 alipokuwa Mafia, alizuiwa kutoka nje ya Mafia kuhudhuria warsha mojawapo mjini Dar. Alizuiwa kupanda ndege kwa amri ya mkubwa. Alikataa kusikiliza wito huo na alienda Dar lakini alipofika alizuiwa kuingia mkutanoni.

Nilimuuliza itakuwaje iwapo timu ya kuasisi mazingira itakapokuja Mafia.

Wawekezaji watawaambia kuwa mradi utazingatia utunzaji wa mazingira lakini nina wasiwasi kuwa watalitenda hilo. Mtu anapokuja kuposa, husema kuwa atamtunza mwanamke anayemposa vizuri, lakini ukipita mwezi tu, utakuta anamtwanga mangumi, anamchapua, hamviki nguo, hali chakula au kulala vizuri. Hivyo ndivyo itakavyokuwa kwa wawekezaji. Watasema na kuahidi kila jambo zuri ilimradi wafanikiwe wanalolitaka.

Baadaye nilielezwa kuwa ahadi mbalimbli ziliwekwa na wawekezaji wa shamba la kamba kama vile kusaidia jamii itakayoathirika na mradi wa shamba hilo lakini hakuna hata ahadi moja iliyotekelezwa. Baadhi ya wajumbe wa baraza la madi-

MIKIDADI NA HARAKATI ZA MAENDELEO YA MAFIA: MILENIA MPYA   117

wani walipinga mpango huo lakini 'walinunuliwa' hadi mradi ukapitishwa.

Nilipotembelea Mafia tena baada ya kifo cha Mikidadi, nilielezwa na watu mbalimbali kwamba aliwekwa chini ya uangalizi wa maafisa wa usalama wa wilaya, jambo ambalo lazima alikuwa analijua, lakini hakuwahi kulielezea. Zaidi alizungumzia kuhusu hatari ya maisha yake - hivyo alikuwa muangalifu katika vyakula au kinywaji cha kupewa na mtu asiyemfahamu. Aliongelea sana juu ya hatari ya kulishwa 'kibumbwi' aina ya sumu ya kichawi ambayo mtu hulishwa na wanga. Kutokana na jinsi Mikidadi alivyokuwa na imani dhidi ya mashetani na wachawi, nilishangaa kusikia akiyazungumzia mambo hayo kinagaubaga. Pengine hiyo ilikuwa ni njia yake ya kutuelezea hatari zinazomkabili kama mwanaharakati haswa wa masuala ya mazingira.

Mazungumzo ya Tatu: Kitabu changu 'African Voices'
Nilimtumia Mikidadi nakala kadhaa za vitabu vyangu na kadri muda ulivyopita umahiri wa kuvisoma nao ulikuwa unaongezeka kwa kadri ujuzi wake wa Kiingereza ulivyokuwa ukiongezeka. Nilipoandika habari za kifo cha dada yake Rukia kutokana na uzazi nilimuomba ruhusa kuichapisha habari hiyo kwake na akanikubalia. Kabla ya ziara yangu ya 2002, nilimtumia Mikidadi nakala ya kitabu changu cha mwaka 1997 kiitwacho 'African Voices', kilichokuwa ni masimulizi ya mwanakijiji wa Kanga aitwaye 'Mohamed' na familia yake. Mikidadi alikisoma na tulipokutana, nilitaka kujua mawazo yake kuhusiana na kitabu hicho. Maoni yake ya kwanza yalihusu mojawapo ya picha katika kitabu hicho:
Miki: Nina tatizo na picha ya ukurasa wa 48. Yule mwanamke aliyekuwa mtoto muda huo hivi sasa ni mtu mzima na katika picha hiyo ulimpiga akiwa mtoto mdogo aliye uchi.
Pat: Hapana, hakuwa msichana, alikuwa mtoto wa kiume!
Miki: Hapana, namtambua vizuri tu!

Sehemu hii ya mazunguzo yetu ililandana na mazungumzo tuliyoyafanya Arusha aliponiel021eza kuwa hapendi nioneshe filamu ya BBC ya 1976 iliyopigwa Kanga ambayo mara nyingi hutembea nayo kila mara ninapofanya ziara Tanzania na kuionesha kijijini.

Moja ya sababu ni kuwa baadhi ya watu waliomo katika filamu hiyo wamekwisha kufa na hivyo ndugu zao watajisikia uchungu kuona picha zao. Lakini pia mila zimebadilika haswa upande wa mavazi ambapo watu katika mwaka 2002, haswa wanawake, huvaa tofauti sana na wale wa 1976 kwa kule 'kujisitiri' zaidi kimavazi kwa mujibu wa muamko 'mpya' wa dini ya Kiislamu. Maoni yake yaliungwa mkono na wengine. Mfano katika mwaka 2002, mwanamke mmoja kijana aliyeona sehemu tu ya filmu ya 1976 aliniuliza kwa mshangao: 'Hivi hawa watu walikuwa na matatizo gani? Hawakuwa na nguo?'

Mikidadi aliendelea kuzungumzia jambo jengine kuhusiana na kitabu:

Miki: Kwa upande wa faida, ni kazi ya pamoja - ni wazi yaliyomo yalikuwa ni lugha na mawazo yake Mohamedi.

Pat: Nani ni hadhira ya kitabu hicho?

Miki: Labda kidato cha 4-6 na waalimu.

Pat: Mfano msomi kutoka Mafia anakisoma kitabu hicho?

Miki: Atagundua kuwa yote yaliyosemwa ni kweli, ila atasikitika kuwa mambo ya ndani yako nje. Mfano mambo yahusuyo ada za maiti au tohara (jando) ya wanaume hayakutakiwa kujulikana kwa kinamama. Hivyo atamlalamikia aliyetoa siri nje.

Pat: Je, kuhusu punga?

Miki: Imesemwa kuwa: 'Ujue au usome kuhusu uchawi, lakini usiutumie kwani ujuzi huo waweza kukuokoa siku moja!'

Pat: Je, atajutia au ataridhia kitabu hicho?

Miki: Yote!

Mwisho tulikubaliana tusisambaze habari za kitabu hicho katika jamii hiyo wakati wa uhai wake mhusika mkuu 'Mohamed'.

Barua ya Mwisho ya Mikidadi

Mwezi wa Oktoba 2002, nilipokea barua pepe kutoka kwa Mikidadi aliyeanza kutumia mawasiliano hayo kwa wakati huo:

Dada Yangu, Prof. P. Caplan, Salaam sana. Nimefurahi kusoma habari zote ulizonitumia kwa email. Natumai mizigo yote uliyonitumia kwa Mafia nitaipata na nitakujulisha.

Mary Ann (mwanafunzi wangu mmoja ambaye alikuwa Dar es Salaam) alinipigia simu jana usiku hakunipata, nimesema apige leo usiku... Kuhusu vitabu tukionana nitampa akuletee. Na muhimize anitafute.

Nadhani kwa muda huu nitaweza kuonana na Mary Ann.

Nashukuru kwa niaba ya CHAMAMA kwa kutuletea makabrasha ya taaluma ya HIV/AIDS ingawaje sijayapokea.

Nategemea kwenda Mafia tarehe 25/10/02. Hadiya alikwenda Zanzibar kumuona Dada yake aliyekuwa mgonjwa sana wa malaria, sasa hajambo.

Unasalimiwa na watoto wote, na nitafurahi sana kupata simu nyingine. Nisalimie Bw. Caplan na watoto wote. Ahsante, Ndugu yako, Mikidadi.

Haikunipitia kamwe kuwa Mikidadi hatasafiri tena kwenda Mafia na kuwa hiyo ilikuwa ni barua pepe ya mwisho kwani ndani ya mwezi huo Mikidadi alitutoka duniani

Hitimisho

Matatizo mbalimbali yaliyomsibu Mikidadi mengi yalitokana na moyo wake wa ukarimu, haswa kwa moyo wake wa kuhudumia familia na ndugu zake, kwa kitendo chake cha kukubali kuwachukua watoto wa kaka yake, baadaye aliacha kazi ili kumhudumia baba yake na kasha kuchukua watoto wengine zaidi wa marehemeu dada yake Rukia. Kwake yeye udugu ni wa kuenziwa. Wakati mtoto wa mama yake mkubwa alipofariki katika kipindi cha wiki tu baada ya ndoa yake yeye na mkewe Hadiya waliwachukua watoto 6 katika ya watoto aliowaacha. Mabinti watatu walikuwa walishaolewa hadi kipindi hicho (mmoja akiwa amefiwa na mume). Bado walikuwa wakiishi na mtoto mmoja wa kiume. Marahemu kaka yake naye pia alikuwa akiishi na watoto wawili wa kaka yake hao pia Mikidadi aliwachukua na kuwa na jumla ya watoto wanane. Mbali ya hao alikuwa tayari ana watoto wa tatu wa marehemu dada yake Rukia waliokuwa wakiishi naye kwa muda fulani fulani, ukiongezea na wawili ambao tayari alikuwa anaishi naye hadi 2002. Ndugu wawili wa Kanga nao walimtumia watoto wao kuishi na Mikidadi ili waweze kuhudhuria shule jijini Dar na kuongeza idadi ya watoto watano hii iliwafanya wawe na jumla ya watoto 15 waliokuwa chini ya uangalizi wao.

Mbali ya matatizo ya kifedha, Mikidadi alitumia muda wake na nguvu zake katika kuleta mabadiliko ya wananchi wenzake wa Mafia chini ya asasi mbalimbali zisizo za kiserikali – kama vile Tanzania Muslim Youth League, baadaye CHAMAMA, na baadaye WEMESAKU – na kupitia mradi wake wa utanuzi wa shule ya Kurani. Alikuwa yuko mstari wa mbele katika kupinga na kuto-kubaliana na chochote kile alichoona kuwa kinakwaza maendeleo ya Kanga na Mafia kwa ujumla kiasi cha kuitwa 'mkorofi'. Hakusita kufuata mitazamo mipya ya kiitikadi ya Kiislamu, maendeleo, na usasa. Mbali ya kuwa alikuwa ni 'mdogo wangu', rafiki lakini pia alikuwa mshiriki 'mwenza' ambaye hakusita kukosoa yale niliy-okuwa nimeyaandika au namna nilivyoandika.

Sura ya 6

Kifo cha Mikidadi na Mustakbali Wake

Khadijya akishona kwenye cherehani yake, Dar 2004

Utangulizi

Katika sura hii ninazungumzia yale yaliyotokea baada ya kifo cha Mikidadi hususan kwa familia yake, kwa asasi yake ya CHAMAMA na kwa chuo chake cha Kiislamu. Kifo chake cha ghafla kilisababisha madhila kwa wengi, haswa wale waliokuwa wakimtegemea si kwa kifedha bali hata kwa mawazo na uongozi.

Kwanza ninaanza kuonesha namna nilivyopata habari za kifo chake na maziko yake. Baadaye nitazungumzia yaliyomsibu Hadiya na mabinti zake katika masuala yanayohusiana na mirathi ya mali zake kama nilivyoshuhudia katika ziara zangu za mwaka 2004. Katika sehemu ya mwisho nitaonesha namna watu mbalimbali wanavyomkumbuka Mikidadi katika mwaka 2010.

Kupata Taarifa za Kifo cha Mikidadi

Wakati wa ziara yangu kisiwa cha Mafia katika mwaka 2002, nilikwenda katika kisiwa cha Chole. Wakati ninangojea kivuko kidogo kuelekea huko, mtu mmoja nisiyemfahamu alinijia: 'Nimesikia sana habari zako. Mtoto wangu anasoma huko Uingereza - tafadhali onana naye na umsaidie kadri unavyoweza'. Nilikubali kufanya hivyo na kuchukua picha yake. Mtoto wake aitwaye Halfan alikwenda mji wa Leicester kusomea uhasibu, kwa hiyo nikampigia kwa namba ambayo baba yake alinipatia na kumkaribisha aje anitembelee nyumbani kwangu London.

Katika mwezi wa Novemba ya mwaka huo, Halfan alifika kwa basi mjini London na nikamkaribisha nyumbani kwa chakula cha mchana cha Kiswahili cha wali kwa nazi na samaki wa kupaka. Baada ya mlo nikatoa picha nilizopiga wakati wa ziara yangu ya mwisho ya Mafia ili kumuonesha picha ya baba yake. Katika ukurasa huohuo wa picha ya baba yake, Halfan akasema: 'Unajua kuwa huyu bwana amekufa hivi karibuni?' 'Hapana, lazima utakuwa umekosea, nimepata barua pepe yake hivi karibuni'. 'Hapana, nina uhakika nimeongea na baba yangu hivi karibuni'. Nilipanda haraka gorofani kuwapigia jirani zake Mikidadi - ilikuwa kweli tupu. Waliniitia watu kutoka katika nyumba ya Mikidadi na nikaelezwa kilichotokea.

Miki hakuwa anajisikia vizuri lakini si kiasi cha kutishia afya yake. Siku hiyo alimaliza kula na mjukuu wake, mtoto wa kiume wa Fatuma. Lakini ghafla akaanza kujisikia vibaya. Teksi ikaletwa haraka kumpeleka hospitalini lakini alikufa njiani kwa 'presha', pengine ni kiharusi au shinikizo la damu. Kila mmoja alipigwa na butwaa pamoja na mimi. Ndipo barua nazo na barua pepe zikaanza kumiminika kutoka kwa marafiki waliopo Tanzania walionijua mimi pamoja na marehemu Mikidadi.

Kama ilivyo ada mazishi ya Mikidadi yalifanyika ndani ya masaa 24 na alizikwa katika makaburi ya jirani na nyumbani kwake sehemu za mtoni jijini Dar es Salaam alikokuwa akiishi na familia yake kabla ya kujenga nyumba yake Mtoni miaka ya 1990. Wengi wanaelezea umati mkubwa uliohudhuria mazishi yake. Kulifanyika hitima kwa upande wa kijijini Kanga.

Nilikumbuka maneno ya Mikidadi aliyoniambia kuwa: 'Sitaki nifanyiwe karamu nitakapokufa'. Niliwaandikia wazee juu ya usia huo huko Kanga.

25/11/02. Madhumuni ya barua hii ni hasa kukujulisha kwamba Miki-
dadi na mimi, tulizungumza sana mambo mengi katika safari ya mwaka
huo. Jambo moja aliloniambia mara nyingi kwamba atapokufa, hataki
kabisa iwe karamu. Aliniambia 'Dada, utapokuwepo nikiondoka mimi,
waambie jamaa wasinifanyie karamu. Siyo lazima katika Uislamu. Waki-
taka kusoma hitima, sawa, lakini karamu, hapana. Labda amekwisha
kuwaambia hivyo, lakini kama mimi sipo wakati huo na yeye ameondoka
ghafla, nilidhani mngependa kupata ujumbe huo.

Hata hivyo karamu ilifanyika baada ya siku 40 ya kifo chake
kama ilivyo ada ya Wanamafia.

Taarifa za Familia Juu ya Kifo cha Mikidadi

Nilikuwa na hofu ya kitakachomsibu mkewe Hadiya na watoto wake.
Hadiya alipelekwa kukaa eda Bweni ambako ni kijijini alikozaliwa miezi
minne na siku kumi, kipindi cha kutengwa ambacho mke hana budi
kukaa anapofiwa na mume kwa mujibu wa sheria za Kiislamu. Alin-
iandikia kama ifuatavyo:

Kwako Wifi yangu Profesor Pat Caplan.

Salamu nyingi na zitokazo kwangu ama baada ya salamu nataka kujua
hali yako na ukitaka kujua hali yangu mie sijambo kiasi tu ya hali.

Madhumuni ya barua hii ni kukujibu barua yako ya tarehe 25 nimei-
pata na ninashukuru sana na vilevile nimefahamu vizuri sana kama
ulivyopata habari kuwa Kaka yako amefariki dunia siku ya Alhamisi
tarehe 22/11/2002. Ni kweli amekufa ghafla kama saa tatu usiku tena
nimepata mshtuko mkubwa sana kiasi ambacho nikapoteza fahamu
halafu nilikuja nikakumbuka wewe jinsi ya kukupata lakini nimeshindwa
jinsi ya kuhadithia mpaka anakufa mpaka sasa nisemavyo sijapata usin-
gizi maana nitaishije na familia yangu mpaka sasa nimechanganyikiwa
sijui la kufanya …na nimechukuliwa na mama yangu mzazi Bweni …
kukaa Eda baada ya miezi minne na siku kumi nitarudi Dar es Salaam
kuangalia maisha ya watoto wangu na mie mwenyewe kimaisha hapo
Mtoni. Dar es Salaam naona Aprili nitakuwa nimerudi nipo Dar es Salaam.

Amina alikuja na alinisindikiza hadi Mafia na sasa amerudi nyumbani
tarehe 4/12/2002 huko Zanzibar na kama utahitaji kuwasiliana na Amina
umpigie simu namba hii ifuatayo …Miembeni Zanzibar.

Katika barua yake Hadiya alibainisha namna alivyopata mshtuko wakati mumewe Mikidadi alipofariki. Hata hivyo ameanza kupona kutoka katika mshtuko huo na sasa anapanga mipango ya kurudi Dar es Salaam na kuendesha maisha yake mara muda wa eda utaka-poisha. Amina alibakia Zanzibar na mama yake mdogo ambako alikuwa anaishi kwa miaka kadhaa ingawaje alibahatika kumwona baba yake kabla ya kufariki. Naye pia aliniandikia barua ya majonzi ya kuondokewa na baba yake:

Dhumuni la barua hii ni kukujulisha kuwa mimi ile taarifa ya msiba ilini-kuta nipo pale nyumbani kwani mwanzo nilikuwa Zanzibar mama akani-pigia simu na akanijulisha hali ya mgonjwa ikabidi mimi nisafirishwe ili nikamjulie hali baba. Nilipofika hali haikuwa nzuri sana ni kiasi tu, sivyo alivyokuwa nayo mwanzoni.

Basi mimi nilifika siku ya jumanne nikashinda jumatano hata ilipofika Alhamisi jioni ya saa mbili ndio hali yake ikaanza kubadilika. Ilipofika saa mbili usiku akapelekwa kwenye hospitali ya Kanisa la Mungu lakini hakuwahi kufika huko akafariki dunia.

Nimepata barua yako ya tarehe 19/12/2002 ndio na mimi nikaamua nikujibu barua yako. Shangazi baba ametuachia pengo kubwa kwani tulikuwa tunamtegemea sana. Na mpaka sasa mama hali yake sio nzuri sana mpaka leo hajapata uzima kutokana na mshtuko alioupata. Anat-egemea kurudi Dar es Salaam mwezi wa nne.

Mimi, shangazi, nalelewa na mama mdogo ndiye huyo mwenye anuani ya hapo juu ndiye naishi kwake. Shangazi nashukuru kwa barua nime-pata na mzigo umefika nashukuru sana kwa kunikumbuka. Namba ya simu ya hapa nyumbani ndio hii ninayotumia na ukiandika barua unaweza ukatumia anuani ya mzee Jimile au hii hapa niliyokuandikia.

Wakati Mikidadi alipokufa, binti yake Khadijya alienda kukaa na ndugu zake mpaka Hadiya alipomaliza eda. Ilimchukua naye muda kunijibu barua niliyomuandikia, lakini hatimaye alinijibu.

23/1/2003. Khadijya Mikidadi, Dar es Salaam, Makusudio ya barua hii ni kukujulisha kwamba salamu zako za kwanza nimezipata kwa kunipa pole. Ulipiga simu hukunipata nilipokuwa kiwanjani lakini ameniambia kaka Mohamedi Mwalimu. Nimepata mzigo wangu toka kwa Shangazi

Maria (mwanafunzi wangu Mary Ann) alikuja nyumbani shs 15,000.00 nashukuru sana shangazi kwa kuwa bado upo pamoja nasi asante sana.

Siku ya tarehe 23/1/2003 nimepata barua yako toka kwa kaka Mohamedi ingawa imechelewa sana posta kwa sababu kaka hakuwepo. Alikwenda Mafia kwa shughuli ya baba (yaani hitima). Aliporudi alikwenda posta akachukua barua akakuta kadi ya posta ya kuchulia mzigo. Akakuta barua akaniletea mimi. Yeye alikuwa na kiroho futu nikasoma barua yako na ndani barua nikakuta ambayo umeniambia. Nashukuru sana Shangazi yangu mpenzi. Mungu akujalie afya njema sana wewe na familia yetu hapa nyumbani. Mungu akuzidishie. Amin.

Nasikitika sana na majonzi kwa kufa Baba yangu. Sijui kama nitasahau kifo cha Baba yangu kwani yeye alikuwa tegemezi langu na maisha yangu kwa sasa simuoni mama wala baba nipo kwa jamaa tu sikutegemea kama nitaishi hivi kama sasa. Nakukumbuka sana shangazi mlivyokuwa mkiishi na Baba vizuri nikikumbuka nabaki nalia tu. Nasubiri majibu kutoka kwako na kaka Mohamedi ananisaidia japo hana kitu chochote nipo nae pamoja anisaidia kwa mawazo tu sina zaidi .

Mwanao KHADIJYA MIKIDADI, Nisalimie jamaa wote.

Ilikuwa wazi kuwa Khadijya aliathirika kwa kuondokewa na baba yake na kuondoka kwa mama yake kuelekea Mafia kwa ajili ya eda.

Katika barua ya nne iliyotoka kwa Fatuma, mtoto wa Rukia, dada yake Mikidadi, ambaye alikuwa anaishi na Mikidadi na Hadiya muda wote huo, alielezea mazingira ya kifo chake kwa ufasaha zaidi, ni nadra sana ukichukulia kuwa alikuwa ni muuguzi tu:

Marehemu alianza kuugua tarehe 6/11/2002 na hadi kufikia 22/11/2002 saa tatu usiku alifariki dunia. Shida yake kubwa ilikuwa ni Presha (Blood Pressure). Aliugua takriban wiki mbili tu lakini hali yake haikuwa mbaya sana ya kutisha kwa sababu tatizo hilo alitakiwa apumzike asitembee tembee. Jinsi hali yake ilivyobadilika ghafla kwa siku ya Alhamis, mimi nilikuwa nimekwenda kazini na kumuacha anakula ugali na mjukuu wake na wala hakuwa na hali mbaya kabisa na alionesha improvement nzuri tu.

Alishinda vizuri tukipanga Jumamosi tumpeleke tena hospitali kwa ajili ya check up. Bahati mbaya hatukuwahi kufika Jumamosi. Siku hiyo hiyo ilipofika saa mbili unusu usiku hali ikawa mbaya sana na akawa anashindwa kupumua vizuri. Basi nami ndio muda huo huo nimerudi kazini na hata sikuwahi kubadilisha hata nguo za kazini tukaamua kumpeleka hospitalini tukakodi gari kumpeleka,

Wakati tunafanya maandalizi hayo kabla hatujafika hospitalini alifariki dunia tukiwa njiani. Baada ya kujua hivyo tulirudi nyumbani ambako alikuwa akiishi zamani kabla ya kuhamia tuliko sasa hivi, na mazishi yalifanyika siku ya Ljumaa saa tano asubuhi mpaka siku ya Jumapili ndipo ndugu na jamaa tukatawanyika, hiyo taarifa ya msiba wa marehemu.

Shangazi Hadiya ambaye ni mke wa marehemu yeye alikwenda Bweni kwa ajili ya Eda ambayo ni muda wa miezi miezi minne na siku kumi. Baada ya kumaliza Eda atarudi hapa.

Amina atakuwa kule Zanzibar. Hadija kwa sasa yupo Mtongani kwa babu yake Mzee Haji Bakari mpaka atakaporudi mama yake. Asha amekwenda Mji Mwema kwa Shangazi yake, na atabaki huko huko ataishi na shangazi yake. Hapa nyumbani Khadijya nimebaki mimi na mtoto na Mohamedi.

Sasa tumebaki na majonzi makubwa sana na tunamuomba Mungu atusaidie ili tuweze kuona kama kawaida. Lakini itakuwa vigumu sana kusahau. Mimi ninaandika hii barua huku machozi yananidondoka.

Kwa hiyo iliyobaki mimi na wewe na jamaa wote tuombee marehemu alale pema peponi na 'Mungu ailaze roho yake mahali pema peponi'. Amina

Kinachojidhihirisha katika barua hizo si majonzi ya kuondokewa na Mikidadi pekee, bali kimsingi ni mustakbali wa maisha yao ya baadaye bila ya kuwepo Mikidadi. Hali hiyo ilijidhihirisha katika mgogoro wa mirathi na masuala mengine. Kwanza, ninapenda kuzipitia barua za maombolezo nilizotumiwa.

Barua za Rambirambi ya Mikidadi

Nilipokea ujumbe mbalimbali wa simu kutoka kwa watu mbalimbali nchini Tanzania kwa minajili ya kunipasha habari za kifo cha Mikidadi. Kwa namna gharama za simu zilivyokuwa ghali na ukweli kuwa wengi wao hawana simu majumbani mwao, jitihada zao za kuwasiliana na mimi kwa njia hiyo zilidhihirisha umuhimu wa mimi kutaarifiwa juu ya tukio hilo.

Baadaye nilipokea barua pepe ambayo kwa wakati huo ni watu wachache tu ndio walikuwa wanatumia njia hiyo katika mwaka 2002. Mojawapo ilitoka kwa mwanachama wa CHAMAMA ambaye nilimtumia barua pepe kuulizia habari za mazishi:

5/12/02. Yaliyozungumzwa baada ya msiba, kwanza ni kuwajulisha watu muhimu. Pia Kamati Kuu ya CHAMAMA imekubaliana itafute fedha ili kusaidia familia pamoja na kuangalia kama kuna madeni ili yalipwe. Kwa kipindi hiki familia yake imekwenda Mafia kwa msiba kwa muda wa siku arobaini.

Mmoja wa viongozi waandamizi wa CHAMAMA aliandika kutokea Zanzibar:

19/12/02. Kwa kweli kama ulivyosema katika barua yako ya tarehe 25/11/02 ya kuwa marehemu alikuwa mtu mwema sana kwa wenzake, na hili pengo alilotuachia sasa wajibu wetu sisi kulijaza kwa sababu kitu kizuri tusikubali kukiacha kikapotea. Maana yangu nakusudia kusema mambo aliyokuwa akiyafanya marehemu tuyaendeleze.

Mikidadi aliwahi kukutana na marafiki zangu wa nje ya Tanzania na mmoja wao aliniandikia kutoka Italia:

2/12/02. Nasikitika kwa kile kilichomtokea Mikidadi. Ni pigo kuwapoteza watu wema kwa namna hii na hasa tukijua kuwa kama angekuwa Ulaya pengine angeweza kuokolewa. Nina masikitiko kwako kuondokewa na mtu muhimu na ninahisi una majonzi makubwa.

Rafiki mwingine aliyemuona Mikidadi mara kadhaa Dar katika miaka ya mwanzo aliandika yafuatayo:

26/11/02. Kupoteza rafiki kama hao ni pengo kubwa kwani tumekuwa nao tukiwaona wakikuwa na sisi wakituona tukikuwa tukipitia maba-diliko mbalimbali. Yote hayo yamewezekana kwa kukutana na kutumia muda na nafasi tuliyobahatika sisi wachache kuipata. Tuna bahati ya kuwa na marafiki kama hao.

Sikuwa na la zaidi ila kukubaliana na yote waliyosema.

Kurudi Tanzania Mwaka 2004.

Mwaka 2004, nilialikwa na chama cha ufadhili wa Norway kufanya tathmini ya Chama cha Akina mama wa Chole katika kisiwa cha Chole. Nikiwa pamoja na mwanaanthropolojia wa Kimarekani aitwaye Chris Walley, ambaye alikuwa anafanya utafiti huko Chole miaka iliyopita. Hii ilinipa fursa ya kurudi Tanzania na haswa Mafia kuiona familia ya Mikidadi na kutaka kujua haswa nini chanzo cha kifo chake.

Hadiya na Khadijya walinipokea uwanja wa ndege na tuli-kumbatiana kwa majonzi. Hadiya alionekana wazi kupungua na mchovu. Alirudi Dar kwenye nyumba yao, lakini masuala ya urithi yalikuwa bado yanawatatiza kwani yalikuwa hayajatatuliwa. Kwa vile alitakiwa kukaa eda, ilimbidi aache kazi yake ya mradi wa miche ya maua. Ni wazi kuwa hakuweza kupata kazi nyingine na alikuwa anapambana kimaisha.

Tuliamua kwenda pamoja Zanzibar kumtembelea Amina na pia kuhudhuria sherehe za ZIFF (Tamasha la Nchi za Madau). Kwa kipindi hicho kifupi Hadiya alipumzika na kuliwazika kidogo kwa kukaa na ndugu, haswa mwanawe Amina. Kwa mara yangu ya kwanza tangu niwasili niliona tabasamu lake na mwanamke mwenye haiba na tambo zuri ambaye tulikuwa tunakaa alitu-eleza kuwa, 'Tumekuwa na vicheko sana pamoja'. Hadiya alinileza kuwa anajisikia mpweke tangu afiwe na mumewe na kwa mara ya kwanza tangu mumewe afariki ameweza kula kama kawaida.

Pia nilienda Mafia na mara baada ya kufanya tathmini ya kisi-wani Chole, nilikaa kwa muda kijijini Kanga, katika nyumba ya Mikidadi. Ilkuwa ni upweke kuwepo pale bila ya Mikidadi, na siku nilipofika nilishindwa kujizuia, nilipomuona Ticha akitokea ndani ya nyumba wote tuliangua kilio. Kuona nilivyoshikwa na majonzi, mwalimu wa madrasa alinijia kunisalimia na kunishika mkono na kusema, 'Ni mtihani, usilie, ni kazi ya Mungu'. Baadaye tuliandaa kisomo cha hitima kumuombea maghfira marehemu Mikidadi.

Mambo mawili yalijitokeza wakati nipo pale kijijini. Moja ni fikra za watu juu ya kile kilichomsibu Mikidadi hadi kufikwa na mauti. Hii ilitokana na mazingira ya kifo chenyewe na ughafla ulio-jitokeza. Pili lilikuwa suala la mirathi ya mali za Mikidadi. Tuanze na suala la sababu na kisha mgogoro wa mirathi ulivyojitokeza.

Sababu za Kifo cha Mikidadi

Kama ilivyo kawaida kwa mtu anapokufa ghafla, watu husema mengi na hutoa sababu za kila aina. Wengi walioniandikia au kuongea na mimi walisema ilikuwa ni: 'Kazi ya Mungu' na kwamba kazi ya Mungu haina makosa.

Baadhi walizungumzia juu ya mzigo wa majukumu ambao Mikidadi alijitishwa nao. Alikuwa na uhaba wa kifedha kumudu matumizi ya familia yake, alikuwa hachoki kuwasaidia watu wake, na alikuwa haogopi (wengine walisema kuwa hakuweza kukaa kimya) katika kupambana na kile alichoona kuwa si haki na kinawarudisha nyuma Wanamafia.

Hata CHAMAMA nacho kilimpa mashaka kiutendaji - bila ya ufadhili wa uhakika - wanachama hawakuwa wakikubaliana katika mikakati na sera haswa na pia katika mahusiano yao na CCM na viongozi wa wilaya. Kibaya zaidi mvutano wa ndani ulisababishwa na fedha walizozipata kushughulikia waathirika wa UKIMWI. Alisukwasukwa katika kipindi fulani kuachia ngazi ukatibu mkuu, kisha kurudishiwa tena jukumu hilo. Lakini bado chama kilikuwa na matatizo yasiyokwisha ya fedha na uendeshaji.

Nilimuuliza mwanachama wa CHAMAMA aliyekuwa Dar nini haswa anafikiri ni chanzo cha kifo cha mapema cha Mikidadi:

Mwanachama: Alikuwa na matatizo ya afya hapo mwanzoni lakini hatukuchukulia kuwa ni hali hatarishi. Hakuwa na kawaida ya kwenda hospitalini. Tulishindwa kumsaidia na hakupata muda wa kujihudumia. Alipokuwa mgonjwa nilimtembelea alikuwa kama vile anashindwa kuhema lakini haikuwa suala la yeye kulazwa. Pengine alishajua mwenzetu mwisho umefika na sisi hatukubaini mapema.

Pat: Je, hakuwa amepungua sana? Angalia picha za 2002, anaonekena mzee hapa.

Mwanachama: Alionekana hivyo lakini alikuwa na wasiwasi mwingi kwani hakujua litakalomfika na wapi litakapotokea.

Mikidadi alikuwa anajua fika kuwa msimamo wake unamuweka pabaya kimahusiano na wapinzani wake kisiasa, kama nilivyoonesha katika sura zilizopita alikuwa na mzio katika masuala ya kunywa na kula. Alihofu kuwekewa kibumbwi, ingawa alikuwa haamini imani za uchawi kwa kadri inavyovuma miongoni mwa wanajamii wa huko Mafia kiasi kwamba alikuwa haamini hata kuwepo kwa mizimu na ibada zake. Tulipokuwa tunatembelea nje kidogo ya Kanga katika sehemu inayohisiwa kuwa ni eneo la mizimu, alikataa kuka nje ya eneo hilo: 'Utaona hakuna kitakachonidhuru.' Maneno yalienea kwamba mizimu imelipiza kisasi chache kwa ubishi huo aliofanya.

Kwa ujumla kulikuwa na sababu kuu nne zilizotolewa kuhusiana na sababu za kifo chake:

- *'Amri ya Mungu' ambayo wanadamu hawawezi kuwa na mamlaka nayo (undani wake)*
- *Uchovu uliosababishwa na kujituma kupita kiasi cha kudhuru afya*
- *Vita kutoka kwa maadui zake*
- *Kisasi cha mizimu kwa kuvuka mipaka*

Matatizo ya Mirathi na Kifo cha Hadiya

Baada ya kifo cha Mikidadi, mali za marehemu hazina budi kugawanywa kwa mujibu wa sheria za Kiislamu. Mikidadi alimiliki nyumba, samani mbalimbali, na ardhi mjini Dar es Salaam. Wazazi wake walimuachia nyumba kijijini Kanga, minazi na miti huko kijijini na vitu mbalimbali. Kwa mujibu wa sheria za Kiislamu kwa vile hakuwa na mtoto wa kiume, mabinti zake watarithi nusu kiasi tu mali hizo, mkewe naye kiasi kidogo na ndugu wengine pamoja na dada yake na shangazi yake Mikidadi nao pia watapata sehemu yao.

Wazee wa Kanga ndio waliokuwa wakiendesha shughuli za ugawaji mali na mgawanyo wake. Hii inamaanisha kuwa mwishoni Hadiya na watoto wake hawataweza kurithi nyumba ya Dar. Hadiya aliwaeleza kuwa Mikidadi alimrithisha nyumba na hati iliyoshuhudiwa na mashahidi mbalimbali lakini hakufanikiwa kuwezesha makabidhiano kiserikali hivyo bado ardhi na nyumba iko katika jina lake. Pengine Mikidadi hakuwa na fedha kuwezesha kulipia gharama za uhamisho wa hati. Mashahidi hawakuwepo na Hadiya yupo ndani ya eda kijijini kwao Bweni. Suluhisho la mirathi lilichukua muda mrefu na bado lilikuwa halitafutiwi ufumbuzi hadi nilipo tembelea Mafia mwezi Juni mwaka 2004.

Wakati wa ziara hiyo suala hilo bado lilikuwa lipo katika mazungumzo. Wazee wa ukoo walisema kuwa ni suala lenye utata kwa vile hakuwa na watoto wa kiume na mmoja wao alienda kutafuta ushauri kwa shekhe mjuzi wa masuala hayo kusini mwa Mafia. Siku moja niliona baadhi ya wazee waliohusika na mirathi wakihesabu mali ikiwemo minazi karibu na nyumba huku Ticha akiweka alama katika miti hiyo ambayo ilithibitishwa kumulikiwa kwake na shangazi ambaye ni dada yake baba wa Mikidadi.

Suala la nyumba ya Dar halikutatuka, ingawaje Hadiya alinieleza kuwa vyombo na nguo zilizoweza kuhamishika kirahisi tayari vilishachukuliwa na ndugu wakati akiwa katika eda kijijini Bweni. Tulizungumzia la kufanya na nilimweleza kuwa anaweza kwenda mahakamani akipenda kupata haki yake na ya watoto wake. Alisema kuwa hataki kufanya hivyo kuhofia kueleweka vibaya na ndugu wa Mikidadi ambao walihofu kuwa kama ataolewa na mume mwingine mali zote zitaenda kwa mume huyo. Ni baadaye niliporudi mwaka 2010 ndipo nilipogundua kuwa mwishoni Hadiya alikwenda mahakamani na yeye na watoto wake walipewa haki ya kurithi nyumba ya Dar. Yeye na Khadijya, pamoja na Fatuma na Asha, watoto wa Rukia, waliendelea kuishi hapo kwa miaka kadhaa.

Hadiya alinieleza kuwa si rahisi kwake kukubali kuolewa tena. Hata baada ya miaka miwili, bado alikuwa katika majonzi na alibainisha kwangu kuwa: 'Nitawezaje kuolewa tena, wakati kila siku Mikidadi ananijia na kuongea na mimi usingizini? Alipata shida sana kuendesha maisha yake sembuse kuwalea mabinti ndani ya nyumba yake.

Moja ya jambo lililomtia hofu ni uwezo mdogo wa Khadijya katika maendeleo ya shule. Walijitahidi kumuhamisha shule hadi shule baada ya kifo cha baba yake lakini haikusaidia kuboresha maendeleo yake. Tulizungumzia swala hilo na Hadiya kuwa ni vyema iwapo Khadijya angejiunga na mafunzo ya ufundi hususan ushonaji ambao alionesha shauku juu yake. Mwishoni tuliamua aache shule na kuchukua mafunzo ya upishi. Baada ya kumaliza masomo hayo alihamia Zanzibar kuishi na ndugu zake na kujishughulisha na ushonaji na nilihisi kuwa yawezekana Hadiya ndiye aliyetoa wazo hilo kwa kule kukabiliwa na ugumu wa maisha.

Hadiya na mjukuu wake, binti ya Fatuma, Dar 2004

Suala la pili lililotatiza lilihusu ada ya masomo ya Amina ambapo kabla ya kufa Mikidadi alikuwa anagharamia. Alijikokota katika kugharamia na wakati mwingine nikimsaidia kiasi cha kuendelea na masomo hata baada ya kumaliza kidato cha nne akichukua kozi ya Kiingereza, utawala wa ofisi na kompyuta. Mwaka 2006, Amina aliolewa na mwanajeshi, aliyekuwa ni mwenyeji wa Mafia, ndoa ambayo iliyomgharimu Hadiya fedha nyingi. Kwa kipindi hicho ndoa za mijini zilikuwa ni za gharama kubwa kuliko zile za kijijini nilizo na kumbukumbu nazo. Kulikuwa na sherehe za kuvikwa pete, halafu ya kumfunda bi. harusi mtarajiwa (kitchen party), ambapo bi. harusi hukabidhiwa vyombo mbalimbali na marafiki na mwishoni hufanyika harusi yenyewe ikifuatiwa na sherehe za chai (tea-party). Wakati shangazi yake Amina na mumewe waligharamia harusi iliyofanyika Zanzibar, Hadiya alifanikisha kitchen party na tea party, iliyofanyika Dar na pia alihudhuria harusi.

Kwa jinsi alivyokuwa akiendelea na masononeko ya kuondokewa na Mikidadi, na ukosefu wa fedha za matumizi, afya ya Hadiya ambayo hata hivyo ilikuwa ya kusuasua ilizidi kudhoofika na pengine ilikuwa ni vigumu kwake kupata huduma za matibabu. Mwaka 2008, nilipokea barua pepe kutoka kwa mhadhiri mwenzangu wa Chuo Kikuu cha Dar es Salaam, ikinieleza kuwa amepokea simu kutoka kwa dada yake Hadiya aitwaye Rabia wa Zanzibar kuwa Hadiya amefariki hospitalini Dar es Salaam. Umri wake wakati huo yawezekana ulikuwa karibu miaka 45.

Kulifanyika kikao cha ukoo kujadili makuzi ya mabinti na mali walioachiwa. Wengi wa jamaa katika ukoo walitaka kumchukua Khadijya waishi naye lakini ilikubaliwa aende kukaa na ndugu wa kike wa makamo kiasi ili aweze kumpatia mafunzo ya 'utunzaji nyumba na mambo ya kike'. Hivyo alichukuliwa na ndugu wa kike mtu mzima. Nyumba ya Dar iliandikishwa kwa majina ya Amina na Khadijya, na Fatuma na mumewe waliomba kuipangisha, kitu ambacho kiliwaridhia ndugu wote kwani itakuwa mikononi mwa ndugu.

Kutembelea Mafia Mwaka 2010: Kumbukizi ya Mikidadi

Ni miaka 8 tangu kifo cha Mikidadi na miaka miwili tangu kifo cha Hadiya niliporudi Tanzania mwaka 2010, ingawaje nilikuwa tunawasiliana kwa barua za kawaida na barua pepe na watu mbalimbali walioko Dar, Zanzibar na Mafia. Madhumuni ya safari yangu ni kuwaona ndugu, marafiki, wanataaluma wenzangu kuwasilisha wazo la kuandika wasifu wa Mikidadi kuanzia maisha yake, ambapo nitatalii kipindi baada ya Uhuru katika kisiwa cha Mafia. Si tu nilitaka kupata mawazo yao na ruhusa, bali pia kujua namna wanavyomwelewa na wanavyomkumbuka Mikidadi. Nilikaa katika maeneo yote matatu na kukutana na ndugu wa karibu wa Mikidadi akiwemo dada yake Kuruthumu wa Kanga na mabinti wake waliopo Zanzibar. Hakuna aliyelipinga wazo hilo na karibu wote walilikaribisha kwa mikono miwili wazo hilo.

Moja ya jambo lililonisisimua katika mazungumzo hayo ni namna watu walivyokuwa na kumbukumbu ya namna walivyopokea habari za msiba siku ya tukio. Dada yake Kuruthumu alinielezea tena kama alivyonihadithia mwaka 2004 namna alivyopata habari hizo:

Nilipitwa [na matangazo ya vifo] ya redio Tanzania tangazo lilipotolewa (kama ilivyo kwawaida kwa watu mashuhuri kupeleka matangazo ya kifo redioni) lakini baadaye watu walianza kukusanyika na nikaanza kupata hofu. Waliniuliza mume wangu yuko wapi wakaniomba aitwe. Tulienda nyumbani kisha akanipa taarifa za msiba.

Ni wazi kuwa uchungu ulimjaa kuongelea habari hiyo, lakini akabaki kusema tu, 'Mungu mjuzi wa yote.' Nilimpa kitabu cha picha ya Mikidadi na wote tulikiangalia kwa pamoja.

Mpwa wa Mikidadi, ambaye ni binti mkubwa wa Rukia, ambaye amelelewa na bibi yake baada ya mama yake kufariki, naye alikuwa na kumbukumbu ya siku ya tukio la msiba:

Niliyakosa kuyasikia matangazo ya vifo redioni, kwa hiyo sikujua kilichot-okea. Watu walinikwepa kunieleza mara ya kwanza, ninahuzunika kila ninapofikiria kuondokewa na watu kama Mikidadi.

Mtabibu katika kijiji cha Kanga, Kombo Jabir, ambaye walik-wenda zamani pamoja na Mikidadi kusoma huko Zanzibar alin-iambia yafutayo:

Nilikuwa nimemaliza kazi katika Kliniki na nikaenda kijijini. Mtu mmoja aliniuliza iwapo nimesikia habari redioni. Aliponieleza yale waliyoyasikia redioni, nilishtuka sana - wote tulichoka kabisa.

Ni wazi kuwa tukio hilo lilimshtua pale anavyokumbukia kuwa yeye na Mikidadi walipatana sana, 'Ingawaje shuleni tulikuwa na ushindani kati yetu.' Baada ya shule, waliendelea kuwasiliana. Alikumbuka jinsi Mikidadi alivyokuwa mcheshi, mkarimu na pia mwenye akili na kuona mbali.

Watu wanamkumbuka Mikidadi kwa mchanganyiko wa kumstajaabia na kumpenda. Niliambiwa na watu mbalimbali kuwa hakuwa mchoyo na alikuwa akifanya mambo mengi mazuri kwa siri. Mwalimu wa madrasa alikumbuka tukio hili:

Siku moja nilikutana na Mikidadi katika mgahawa Dar es Salaam. Nili-kuwa kijana na nilienda pale kupata chakula. Nilimkuta akila na kisha akaondoka. Nilipokwenda kulipia bili yangu, nikaambiwa kuwa nime-kwishalipiwa na Mikidadi ambaye alikuwa na kwawaida ya kufanya mambo kama hayo bila ya kelele au kujitangazia.

Mtu mwingine alinieleza:

Kama mtu mzima alipenda kushirikiana na wenzie na kujitolea maswala ya kijamii. Hakupata tija kubwa lakini alikuwa mzuri katika kutoa ushauri. Hakuwa na haraka kutoa mawazo yake, hupendelea kupata muda wa kulifikiria jambo, unaweza kufikiri amesahau, lakini siku moja atakujia na ushauri ambao uliuhitaji.

Wengine walisisitiza kuwa alikuwa anapenda kuchanganyika na watu wa aina na rika zote. Mmoja aliniambia kuwa 'Alikuwa anawajua wakubwa na wadogo.' Ninakumbuka taarifa aliyonipa Mikidadi kuhusiana na mkutano wake na Rais Nyerere mara kadhaa alipokuwa Afisa wa Miti wa Jiji na jinsi alivyokuwa si wakujivuna kwa kupata fursa ya kukutana na mtu mashuhuri kama huyo.

Watu wengi walielezea namna Mikidadi alivyochukua maju-kumu mengi. Mwanamke mmoja alinielezea: 'Tukio lilipotokea nilikuwa Dar wakati huo na nilihudhuria mazishi. Nilisikia uchungu sana nilipofikiria watoto wote aliowachukua kuwalea' Alionesha masikitiko kama vile hakustahiki kufa.

Nilimuuliza jirani ambaye alikuwa rafiki mkubwa wa Mikidadi kwa nini Mikidadi alionekana mzee sana mwaka 2002. Jibu lake lilikuwa:

Alichoka, alichoka na maisha. Aliniambia kuwa ana mambo mach-ache ya kushughulikia. Alichukua majukumu mengi lakini hakuweza kufikia malengo. Wengi walikuwa hawakujua alichokuwa akikipigania. Alipofariki wengi walianza kumkumbuka na kutanabahi yale aliyokuwa akiyapigania. Kimsingi aliishi kwa ajili ya watu wengine si kwa ajili yake. Aliwafikiria watoto ambao wengi si wake. Aliwaangalia watoto wengi.

Shemeji yake Mikidadi aliyekuwa amemuoa dada yake Rukia na kisha kuachana, alikuwa na haya ya kusema:

Alikuwa kwanza 'ndugu' yangu halafu ni shemeji yangu. Kuachana na dada yake hakukusababisha tukosane. Kama unavyofahamu sote sisi nasaba moja hivyo hiyo haikubadilisha kitu. Alikuwa ni mtu mnayeweza kukaa naye siku nzima bila kuudhiana.

Mtu mwingine wa familia alisema kuwa alikuwa kama 'baba yake'.

Baba yake alikuwa ni mtu aliyependa kusaidia watu - alianzisha madrasa kuwasaidia watu, sio kujinufaisha. Alipofariki Miki alisema kuwa lazima iendelezwe. Hivyo nyumba ile ikawa ni kitovu cha ukoo na Miki alionelea haja ya kuchukua jukumu hilo. Aliwalea hata watoto ambao si wake. Alikuwa na fikra kuwa akiwasaidia basi nao watakuja kusaidia wengine.

Wanachama wenziwe nao walikuwa na kumbukumbu ya wema wa Mikidadi. Mmoja aliyefanya naye kazi karibu sana katika CHAMAMA, alisema yafuatayo:

Alikuwa mtu mkarimu, alipenda majadiliano na mashirikiano, alipenda mambo mapya. Alikuwa mtaratibu lakini mchapa kazi na mwenye kujituma. Kifo chake ni kazi ya Mungu lakini inauma sana. Ninapenda kufuata nyayo zake. Kila ninapotoa huduma za kijamii humfikiria yeye. Kuna wakati tulikuwa tunafanya kazi hadi saa 4 usiku. Alikuwa na elimu kunizidi na alinisaidia sana… Lakini kiukweli alikuwa anafanya kazi zaidi na kupumzika mara chache. Mara nyingi alikuwa hapati nafasi ya kukaa na familia yake na mara nyingi alikuwa anawafikiria sana. Mkewe alikuwa ni mtu mkarimu kama alivyokuwa mumewe. Ninahuzuni sana kila ninavyokumbuka kifo chake.

Mwanachama mwingine wa CHAMAMA aliyepo Kilindoni pia alizungumzia sifa zake:

Alifanya kazi kwa moyo wake wote, alifuatilia mambo, aliyatambua matatizo ya Mafia. Wako waliomuonea huruma kwa namna maisha yake ya Dar yalivyo lakini yeye hakuonesha kumtatiza. Tulikuwa bega kwa bega. Wakati mwingine alikuwa anafanya kazi hadi saa 8 za usiku na kulala ofisini.

Mmoja wa waasisi wa CHAMAMA alikuwa na haya ya kusema kuhusiana na Mikidadi:

Alikuwa mchapa kazi na mwenye kujituma. Alikuwa mtendaji mkuu wa CHAMAMA. Alikuwa anakubaliana na watu, na anashirikiana nao vyema. Alitupa moyo kuiletea maendeleo ya kweli Mafia na Tanzania. Alikuwa si mchoyo kwani mchoyo hapendi watu. Tuliendana naye vema na tulishirikiana katika mambo mengi. Tunamshukuru Mwenyezi Mungu (amlaze mahali pema). Tabia yake ilikuwa nzuri sana, siyo mtu wa majivuno.

Watu mbalimbali walimzungumzia Mikidadi kuwa alikuwa mbele ya wakati. Alikuwa na uoni wa mbali wa kuona matatizo yanayoikwaza Mafia kufikia maendeleo halisi. Mmoja wa watoto aliyekuwa akiwalea alisema:

Pale tu alipokufa ndipo watu walipogundua umuhimu wake. Kama watu wangejua alichokuwa akikipigania maisha ya Mafia yasingekuwa yalivyo. Laiti wangelimuunga mkono.

Mwanaisimu wa Kitanzania Ahmad Kipacha, aliyesaidiwa na Mikidadi katika utafiti wa Tasnifu yake ya uzamivu kaskazini mwa Mafia, alim-welezea Mikidadi katika barua yake kama ifuatavyo:

Alikuwa mwanaharakati katika maana halisi ya dhana hiyo, alikuwa hana ufungamano na siasa za vyama. Alitumia mbinu anuai katika harakati za kukiletea kijiji chake na Mafia maendeleo kwa ujumla.

Hitimisho

Ushawishi wa Mikidadi haukukoma pale alipokufa. Watu walien-delea kujiuliza mengi na kutafuta sababu za kifo chake. Watu wali-kumbuka siku za uhai wake na wengine walikuwa wanazungumzia mazishi yake.

Familia yake ilionesha majonzi makubwa katika barua walizo-andika wakionesha wazi pengo aliloliacha kwao kama mhimili wa familia yao. Walimtegemea Mikidadi kihali na mali ingawa si mara zote walikubaliana na namna ya kuyatatua matatizo yao.

Majirani, marafiki, wanachama wenziwe wa CHAMAMA wali-jutia kuwa hawakumpa msaada na ushirikiano katika miradi yake aliyobuni. Wakigundua kwa mara ya kwanza namna alivyokuwa na uoni wa mbali na kwa jinsi alivyojitolea mhanga na gharama zake.

Katika sura inayofuatia tutaangalia mafunzo aliyotuachia Mikidadi.

Sura ya 7

Hitimisho: Mabadiliko Tangu 1965 na Suala la Mirathi ya Mikidadi

Watoto wa shule ya Kurani, Kanga 2010

Utangulizi

Katika sura hii kwanza ninaangalia baadhi ya mabadiliko yaliyo-
tokea katika kisiwa cha Mafia tangu nilipotembelea huko mara ya
mwisho mnamo mwaka 1965, takribani miaka 45 iliyopita. Katika
sehemu ya pili, nitaangalia baadhi ya matokeo ya harakati za
kimaisha za Mikidadi enzi za uhai wake. Haya ni pamoja na miradi
kama vile ujenzi wa chuo cha Kiislam na asasi isiyo ya kiserikali ya
CHAMAMA Na harakati nyingine alizosimamia kama vile uuzwaji
wa ardhi za pwani kwa wamiliki wa hoteli za kitalii, pamoja na
mradi wa shamba la kamba. Mwisho namalizia na habari za watoto
watatu ambao Mikidadi aliwasaidia kupata elimu.

Mabadiliko Nchini Tanzania katika Kisiwa cha Mafia 1965 hadi 2010

Katika kipindi nilichobahatika kuishi nchini Tanzania, pameku-wepo na mabadiliko makubwa. Katika kipindi cha awali, mara tu baada ya uhuru, kulikuwa na matumaini makubwa kuwa mambo yangekuwa mazuri baada ya muda mfupi. Siasa za ujamaa na kujitegemea zilipata ukubali katika sehemu kubwa ya nchi. Hata hivyo, katika kipindi cha miaka ya 1970, hali ya uchumi ilizidi kuwa ngumu na hatimaye, katika kipindi cha miaka ya 1980, utawala ulibadilika; mabadiliko haya yaliathiri pia hali ya uchumi hasa baada ya kuanzishwa programu za mabadiliko ya uchumi (SAP – Structural Adjustment Programme). Bila kukawia, Tanzania ikaegemea sera za uchumi huria ambazo rais wa awamu hiyo Mh. Ali Hassani Mwinyi alizifafanua kama 'kuifungulia nchi milango ya biashara' huku watu wengine wakizielezea kama 'kuiuza nchi'. Tofauti kubwa katika ujira na mishahara ilijidhirhiisha wazi na watu wengi walikuwa hawana ajira. Kwa kipindi, idadi ya watoto waliojiunga na shule ilishuka na mafanikio katika elimu ya awali na afya vilisahaulika.

Mabadiliko ya nchi kwa ujumla yamekuwa na matokeo kila mahali kikiwemo kisiwa cha Mafia. Kwa watu wa kawaida waishio vijijini kama vile Kanga, uwezo wao wa kununua bidhaa kutokana na kipato chao cha mauzo ya nazi umeshuka sana tangu miaka ya 1980 na bei za mahitaji mbalimbali kama vile vyakula hasa vile wasivyoweza kuvilima, zimepanda sana. Watu wametakiwa kulipa karo za shule, sare na vitabu, wametakiwa pia kulipia gharama, rasmi au zisizo rasmi ili wapate huduma za afya. Pamoja na kuongezeka kwa fursa za elimu, viwango vya juu zaidi ya elimu ya msingi bado haviwezi kufikiwa hasa na wananchi kama wale wa kisiwa cha Mafia. Katika Tanzania ya leo, ni wahitimu wa elimu ya Sekondari katika ngazi ya kidato cha 6 tu wenye fursa ya kujiunga na elimu ya juu (ambayo pia ina gharama kubwa na haitoshelezi) au kujiunga na vyuo vikuu. Hata katika maeneo ambapo shule nyingi zimefunguliwa kama vile kisiwa cha Mafia, vitendea kazi bado ni hafifu na ndio maana wazazi wengi wenye uwezo wameen-

delea kuwapeleka watoto wao kwenye miji mikubwa kama vile Dar
es Salaam kwa nia ya kuwaongezea nafasi za kufanikiwa.

Huduma za afya katika kisiwa cha Mafia zimeongezeka kwa
kiwango fulani. Huduma za uzazi wa mpango sasa zinapati-
kana katika ngazi ya vijiji, hivyo wanawake wengi wana uhuru
wa kuchagua ni wakati gani wawe na watoto. Watoto wengi sasa
hupata chanjo, jambo lililopunguza idadi ya vifo vya watoto kwa
kiasi kikubwa. Wanawake wengi hujifungulia katika zahanati
zenye wauguzi wenye mafunzo ingawa idadi ya vifo vya watoto
wachanga bado ipo juu. Hospitali ya wilaya imeboreshwea kwa
kiwango kizuri, sehemu ya gharama za matengenezo zimetokana
na michango toka kwenye vyama vya hiari. Tatizo lililopo ni uhaba
wa madaktari kwani kuna daktari mmoja tu na matatizo yasiy-
oweza kutatuliwa wilayani kuhamishiwa hospitali za rufaa jijijni
Dar es Salaam.

Mafia mara nyingi huelezewa kama kisiwa kisichofikika kwa
urahisi ingawa kimekuwa sehemu ya historia ya dunia kwa miaka
mingi. Mafia inaunganishwa na maeneo mengine ya Tanzania
kwa njia ya maji, wakazi wengi wa Mafia husafiri kwenda Dar es
Salaam, Zanzibar, na hata maeneo ya mbali zaidi. Hata hivyo, njia
hii ya kusafiri kwa kutumia maboti ni hatari sana kama tulivyo-
elezea kwenye hadithi ya ajali ya mashua aliyopata Rukia dada
yake Mikidadi pamoja na mumewe walipolazimika kukaa ndani
ya maji kwa siku nzima wakijishikiza kwenye mabaki ya mashua
hadi walipookotwa na wasamaria wema baadaye.

Baadhi ya wajasiriamali wamegundua faida ya kujitenga kwa
kisiwa hicho na wamejipatia soko la huduma za utalii na sekta hii
imekua kwa kasi sana kisiwani Mafia ambapo kuna hoteli kadhaa
za viwango vya juu na vya chini. Maendeleo hayo hata hivyo,
yamejikita zaidi katika pembe ya kusini mashariki mwa kisiwa
na kuacha kabisa maeneo ya kaskazini mwa kisiwa. Vivyo hivyo,
maendeleo yote yaliyoletwa na hifadhi ya Mafia, yamefanyika zaidi
katika maeneo ya kusini. Hata hivyo, utalii umeonekana kama njia
ya kuleta maendeleo kisiwani, hivyo uwanjawa mdogo wa ndege
uliokuwepo umepanuliwa na serikali inapanga kuujenga mkubwa
zaidi utakaoweza kupokea ndege kubwa zaidi.

Maendeleo mengine ya miundombinu yaliyofanyika ni pamoja na kurekebisha barabara ya kutoka kusini hadi kaskazini kutoka Bweni hadi Kilindoni ingawa nyakati za mvua barabara hii haipitiki kirahisi. Sasa hivi kuna mradi wa ujenzi wa gati huko Kilindoni ili kuruhusu upakuaji wa mizigo kwenye meli tishali. Safari za Dar es Salaam zimefupishwa sana kwa wale wanaosafiri kwa njia ya maji na nchi kavu kwani barabara ya Dar es Salaam – Lindi imeboreshwa kwa kiasi kikubwa. Suala la mawasiliano kisiwani Mafia pia limeboreshwa kwani simu za mkononi sasa zipo kwa watu wengi wanoweza kuzimiliki ingawa bado kuna matatizo ya mtandao katika vijiji vya kaskazini.

Baada ya kuanguka kwa soko na kilimo cha nazi, uchumi sasa unategemea zaidi uvuvi ingawa kuna ushindani mkubwa baina ya wakazi wanaotumia ngalawa na wavuvi wakubwa wanaotumia meli kubwa za kisasa ambao wakati mwingine huingilia pwani ya Mafia bila vibali. Katika kipindi cha miongo michache iliyopita, mahitaji ya samaki yamekuwa makubwa sana na samaki wengi wanaovuliwa husafirishwa. Baadhi hupelekwa Dar es Salaam na wengi hupelekwa masoko ya mbali zaidi. Baadhi ya wakazi wa Mafia waliofanikiwa kuboresha vipato vyao na kuwawezesha kuboresha zana zao za uvuvi wamekuwa wakifurahia soko hilo; vivyo hivyo wale wanaofanikiwa kupata samaki kama kambakoche ambao wanauzwa kwa bei ya juu. Vijana wengi wamefanikiwa kuboresha maisha yao kwa njia hii ingawa nyakati nyingine inawapasa kuzama katika vina virefu zaidi pale samaki wanapokosekana. Hata hivyo kuna mashaka kuwa faida kubwa itokanayo na samaki, inaenda kwa makampuni makubwa ya nje yenye vifaa bora na vya kisasa.

Makao makuu ya wilaya ya Kilindoni yamekua sana katika kipindi cha miaka michache iliyopita, maeneo ya biashara yamepanuka, nyumba zimeongezeka na hata thamani ya ardhi imeongezeka pia. Mji huo mdogo sasa una maduka mengi, baa mbalimbali, na soko limepanuliwa pia. Kuna mipango ya kuendeleza zaidi makao hayo makuu, jambo linalowavutia wahamiaji wengi toka sehemu mbalimbali za Kilindoni na hata wageni toka maeneo ya nje.

Hata hivyo, kwa wafanyakazi wengi wa serikali hasa wa ngazi za chini wenye mishahara hafifu, Mafia bado ni eneo gumu kuishi. Katika maeneo mengi, hakuna maji ya bomba, umeme na makazi si mazuri pia. Mafia ni eneo la Waswahili na Waislamu wengi, hivyo basi wafanyakazi wengi wa serikali ni Wakristo toka bara na wengine wanatokea maeneo yaliyoendelea kama vile Arusha. Tamaduni na matarai yao ni tofauti sana. Serikali inajitahidi kuleta maendeleo kisiwani hasa katika maeneo yanayotambulika kirahisi kama vile ufugaji wa kamba, na ujenzi wa hoteli za kitalii ingawa wakazi wa Mafia huyaona mambo hayo kama tishio dhidi ya tamaduni zao.

Kuna hisia kuwa Mafia kinaweza kugeuka kuwa kisiwa cha biashara kwani hoteli za kitalii, viwanda vya samaki, mashamba ya kamba, na hivi karibuni makampuni ya gesi na mafuta vimeongezeka sana hapo kisiwani. Vitu hivi vyote humilikiwa na wageni ambao wanaweza kutoa msaada wa jamii ya Wanamafia ingawa Wanamafia wenyewe hawawezi kuzuia au kujua ni lini wanakuja na ni wapi wanatoka wageni hao waliojaa kisiwani na hawawezi hata kutawala tabia za wageni hao hivyo basi wanapata faida ndogo sana kutokana na biashara hizo.

Kwa ujumla, hakuna usawa katika maendeleo ya watu wa Mafia, mabadiliko hayako sawa hasa katika suala la kuwepo kwa chakula kwani ni watu wachache tu ambao wamebahatika kuboresha maisha yao na yale ya watoto wao wakati maisha ya wengi yanazidi kudidimia na hali zao za maisha zinazidi kuwa ngumu.

Matokeo ya Miradi ya Mikidadi

Katika sehemu inayofuata, ninaangalia mafanikio ya miradi ambayo Mikidadi alitoa muda wake mwingi sana wa maisha yake: mradi wa shule ya Kurani, shirika lake lisilo la kiserikali CHAMAMA, na watoto aliowasaidia kupata elimu.

Chuo cha Kiislamu

Mikidadi aliutazama mradi wa chuo cha Kiislamu kama mradi mtakatifu ambao yeye alikuwa na jukumu la kuuendeleza hata baada ya kifo cha muasisi wake. Mikidadi alihakikisha kuwa chuoni hapo kuna walimu na vitabu vya kutosha, na hata alipokuwa kisiwani alifundisha yeye mwenyewe. Alipendelea kufundisha zaidi watu wazima na kuna sehemu ya filamu iitwayo Maisha ya watu kisiwani Mafia (inapatikana sasa kwenye mtandao wa Youtube) inamuonesha Mikidadi akifundisha kundi la vijana. Katika kipindi cha mwisho cha maisha yake, madrasa yake ilikua na kuongezeka sana.

Mikidadi hakusaidia shule hiyo kwa sababu ya kumuenzi baba yake tu au kwa ajili ya matakwa ya dini yake, aliona pia kuwa shule hiyo ni njia rahisi ya kuunganisha elimu ya dini na elimu dunia ili kuleta maendeleo katika kisiwa chake kwa kutoa mafunzo ya ufundi na kadhalika. Ni sababu hizo zilizomfanya atafute fedha kwa ajili ya eneo jingine na ujenzi wa jengo la matofali ingawa juhudi hizi zilikutana na vikwazo vingi katika kipindi cha maisha yake. Niliporudi tena kisiwani mwaka 2010 nilikuta matofali yaliyokuwa yamefatuliwa yametumika kujengea jengo moja la madrasa ambalo limegawanywa na kutoa vyumba viwili vya madarasa ya kusomea. Haya yalionekana kuwa ni mafanikio makubwa sana hasa ukilinganisha na nyumba za nyasi zilizokuwepo hapo awali watoto walipokuwa wanasomea.

CHAMAMA na siasa za ndani
Kama ilivyo kwa mashirika mengi yasiyo ya kiserikali yaliyoanzishwa Tanzania, na kwingineko duniani, katika kipindi cha miaka ya 1990, CHAMAMA ilihitaji watu waliojitoa na ilihitaji fedha. Kwa sababu hiyo, shirika lilipitia mizunguko ya shughuli zilizofanyika kwa robo mbalimbali wakati fedha zilipokuwa hazitoshi. Mwaka 2010, mwanakamati mmoja aliniambia kuhusu historia ya hivi karibuni ya CHAMAMA.

Tulipata fedha toka CARE mwaka 2002, mwaka alipokufa Miki, lakini fedha hizo zilikuwa kwa mwaka mmoja tu. Tangu hapo tumekuwa na fedha kidogo kidogo toka sehemu mbalimbali. Mgodi wa dhahabu ulidhamini zoezi la upandaji wa mlima Kilimanjaro ambapo tulipata kiasi cha shilingi milioni tano na nusu. Fedha hizo zilitumika kuendeleza shule ya awali, shule ya msingi, na kutoa elimu ya ufundi kwa vijana waliomaliza shule zamani.

Kisha tumepata fedha toka TACAIDS, shirika la Kitanzania linalopam-
bana na maambukizi ya UKIMWI, hii ilihusisha pia ActionAid Tanzania.
Tuliwasaidia watoto yatima ambao wazazi walo walifariki wa ugonjwa
wa UKIMWI na wenyewe ni waathirika wa ugonjwa huo - tuliwapatia
msaada wa matibabu na wa kimaisha kwa ujumla - tulisaidia watoto
60. Tumekuwa pia tukishirikiana na ICAP (International Centre for AIDS
Care), tumefundisha watu 6 kuwa waelimishaji rika ili wawafundishe
wengine namna ya kuishi na virusi vya UKIMWI. Mwaka 2010 tumekuwa
tukishughulikia malaria na tumepata msaada toka wilayani.

Nilipouliza ni kwa nini shirika halikufanikiwa katika kuta-
futa fedha kama Mikidadi alivyokuwa ametarajia, niliambiwa
kuwa, 'Shirika hilo lilimtegemea sana Mikidadi, haikuwezekana
kuendesha CHAMAMA vizuri, kila kitu kilimtegemea yeye tu. Ni
yeye aliyepata fedha toka CARE'.

Niliuliza juu ya ushiriki wa CHAMAMA katika mambo ya
kisiasa niliambiwa kuwa, ni jambo lenye utata kidogo. Niliwauliza
wana CHAMAMA kadhaa juu ya uhusiano wa CHAMAMA na
siasa za vyama. Wengi wao walisema kuwa wanachama wanaoishi
Dar es Salaam waliondoka kisiwani kwa nia ya kwenda kutafuta
elimu, baadaye walipata kazi na kuendelea kuishi huko, wakati
wale waliojihusisha na siasa za kisiwani waliendelea kubakia huko,
na wengi wa hawa ni wale wenye elimu duni. Wengi wa wana
CHAMAMA hawa walikuwa na mahusiano mazuri na CCM au
CUF, na baadhi waligombea na kufanikiwa katika chaguzi mbali
mbali.

Wakati huo huo wakati Wamafia walipiga kura katika chaguzi za
taifa na zile za ndani, (huwezi kugombea ubunge kama wewe hutoki
Mafia) wakati mwingine kulitokea matatizo kama mtu angejiweka
kimbelembele na kusahau alipotoka, na hii ndio sababu Mikidadi
alipoteza kiti cha udiwani mwaka 1994. Nilipomuuliza mtu mmoja
kisiwani sababu za Mikidadi kupoteza nafasi ya udiwani mwaka
1994 alinijibu kuwa, watu wa kisiwani hawapendi kumuona mtu
akiendelea. Mwanamke mmoja niliyezungumza nae pia alisema
kuwa watu katika kijiji cha Mikidadi hawakujua madhumuni
yake. Baada ya kifo chake ndipo watu walianza kuelewa maana
ya maneno yake kuwa kama watu wanahitaji mabadiliko na
kuukimbia umaskini, lazima wabadilike.

Ingawa tayari miaka 8 ilishapita tangu Mikidadi afariki dunia, bado hajasahauliwa na wana CHAMAMA wengine. *Tulionelea kuwa bada ya kifo chake sisi tuendeleze CHAMAMA. Tunataka watu waelewe nia halisi ya CHAMAMA. Na sasa tunataka kufanya jambo mwakani, kusherehekea miaka 20 ya CHAMAMA. Na tunafikiria pia juu ya namna ya kumuenzi Mikidadi, tunataka kuendesha mashindano ya netiboli na mpira wa miguu tutakuwa na Kombe la Kichange. Tayari tuna mashindano ya mpira wa pete yanaendelea, yatagharimu shilingi 50,000, (ananionesha), lakini sasa hivi tunahitaji kombe kwa ajili ya mpira wa miguu. Unadhani unaweza kutusaidia? Linapaswa liwe limeandikwa jina lake. Tunataka mashindano yaanze siku ya ukimwi duniani, mwezi wa kumi na mbili mwaka huu.*

Nilidhani kuwa Mikidadi angefurahia mashindano ya michezo hivyo niliwapatia kombe hilo.

Watoto wa Mikidadi: Kizazi cha baadaye

Katika barua yake aliyoiandika mwaka 1978, ambayo nimeshainukuu tayari, Mikidadi anaeleza kuwa kama kijana wa kiume wa pekee katika familia ya baba yake, familia yake ilimtegemea sana na alidhani hilo ni sahihi. Kwa sababu hiyo, aliyaweka mbele mahitaji ya wazazi wake hivyo akaamua kuacha kazi. Wakati huo alikuwa pia anamlea shangazi yake, dada mkubwa wa baba yake na alihakikisha kuwa mahitaji ya shangazi yake yote yamepatikana. Kwa Waswahili, kuwafurahisha wazazi na kuhakikisha kuwa mtu anapata radhi ya wazazi wake ni jambo la muhimu sana. Hata hivyo, kwa Mikidadi, moyo wa kujitoa na nia ya kusaidia, haikuishia kwa wazazi wake tu, aliwasaidia hata ndugu zake wale wa karibu na wa mbali na watoto wao. Kama ilivyokwishaelezwa, Mikidadi na mkewe Hadiya walikuwa na jukumu la kulea watoto wengi: wa kwao mabinti wawili, watoto wa kaka yake Mikidadi aliyefariki wakati wa arusi yao, baadhi ya watoto wa Rukia, dada yake Mikidadi, na baadhi ya wachache wengine. Kipaumbele cha Mikidadi kwa watoto wote wakiume na wakike kilikuwa ni elimu. Katika sehemu hii, nitasimulia hadithi za baadhi yao kama nilivyosimuliwa. Ya kwanza ni ya binti yake mkubwa Amina, yapili ni ya Fatuma mtoto wa Rukia na ya tatu ni ya Abubakari mmoja wa watoto aliyekuwa ameletwa kuishi nao huko Dar es Salaam kwa ajili ya shule.

'Ticha', mtoto wa dada yake mdogo Kuruthumu kwenye boti, Kanga 2010

Hadithi ya Bi. Amina

Amina alizaliwa mnamo mwaka 1982 mwaka mmoja baada ya
wazazi wake kufunga pingu za maisha wakati huo wakiwa wanaishi
Dar es Salaam katika ile wenyewe waliyoiita nyumba ya zamani,
ile waliyokuwa wamepanga kabla hawajanunua ardhi na kujenga
yao huko Mtoni. Amina hakukaa muda mrefu katika nyumba yao
hiyo mpya kwani alienda kuishi na mama yake mkubwa huko
Magomeni. Utaratibu wa watoto kuishi na ndugu ni wa kawaida
sana kwa Waswahili hasa pale ambapo ndugu huyo anapokuwa
hana mtoto au anaishi peke yake. Hata hivyo, baada ya muda si
mrefu, mwanamke huyo alipata ugonjwa wa kiharusi na ilimpasa
kwenda hospitalini mara kwa mara; hivyo hakuwa na muda wa
kumtunza Amina. Rabia, mama yake mdogo Amina aliyekuwa
anaishi Zanzibar, aliomba aishi na Amina kwani alikuwa amea-
jiriwa na alikuwa na mtoto mdogo. Aliahidi kumsomesha Amina
kama fadhila zake kwa kumlelea mwanae. Tangu mwaka 2002,
Amina alipokuwa kidato cha pili, alikwenda na kuishi huko hadi
alipomaliza shule na hatimaye kuolewa.

Nilimuuliza Amina alijisikiaje alipokuwa anakaa kwa mama yake mdogo:

Pat: Je ulitamani kuishi na wazazi wako?

Amina: Ndio, unajua ni tofauti sana unapokuwa unaishi kwa mtu. Wana namna tofauti za kuendesha maisha yao - hata kuoga kwa mfano.

Pat: Kwa hiyo sababu moja ya kukupeleka Zanzibar ni kwa sababu huko kuna shule bora kuliko za Dar?

Amina: Labda kwa upande wa ada, kweli zilikuwa chini sana. Kwa mfano, kozi ya utunzaji wa kumbukumbu niliyosoma baada ya kumaliza shule ingenigharimu shilingi milioni mbili na laki nane hapa Dar, wakati Zanzibar nililipa laki tatu tu.

Amina alihitimu kidato cha nne akiwa na miaka 22, hata hivyo alitaka kuendelea na masomo ambayo wazazi wake walitamani waipate si kama walivyokosa wao. Walitaka kuhakikisha kuwa mabinti zao wanajiweza kiuchumi na wasiwe tegemezi wa waume hata watapoolewa. Amina alijaribu kujiunga na chuo cha ufundi, unesi au ualimu, lakini alama zake zilikuwa chini sana hivyo hakuweza. Kwa hiyo alisoma kozi fupi kadhaa zikiwemo za utunzaji wa kumbukumbu, Kiingereza na usimamizi wa ofisi.

Mwaka 2007, aliolewa na mwanajeshi mmoja kutoka Mafia aliyekuwa akiishi Zanzibar. Mwaka mmoja baadaye, mtoto wake wa kwanza, msichana, alizaliwa. Amina aliamua kumuita Rukia, jina la shangazi yake na dada wa marehemu baba yake. Mwaka 2010 alimpata mtoto wa kiume na akamwita Mikidadi, jina la baba yake.

Hadithi ya Bi Fatuma

Fatuma ni mtoto wa dada yake Mikidadi aitwaye Rukia na Abdallah mumewe wa kwanza wa Rukia. Akiwa bado mdogo, wazazi wake waliachana. Hiki lazima kilikuwa ni kipindi kigumu sana kwake na kwa ndugu zake ambao ilibidi wagawanywe. Baadhi walipelekwa Dar kuishi kwa Mikidadi na Hadiya, wakati dada yake mkubwa Biubwa alibaki na wazazi wa Mikidadi huko Kanga. Wakati mama yake alipoolewa tena na kwenda kuishi Bweni, Fatuma alikwenda naye.

Baada ya mama yake kufariki ghafla mwaka 1988 alipokuwa anajifungua, Fatuma alirudi kuishi na babu na bibi yake huko Kanga lakini baadaye naye alikwenda kuishi kwa Mikidadi na

Hadiya kama ilivyokuwa kwa Asha mdogo wake wa kambo. Miki-
dadi alimwona Fatuma kama binti mwenye akili sana na alitamani
sana kumwona akifanikiwa kielimu na hatimaye kuwa na kazi
nzuri. Kwa msaada wa Mikidadi, Fatuma alifanikiwa kujiunga na
shule ya Bweni ya serikali huko Mwanza, shule ya watoto wenye
vipaji maalum. Si rahisi kwa watoto watokao Mafia kufanikiwa
kielimu, ingawa Fatuma alifaulu katika mitihani yake ya kidato
cha nne, alama zake hazikumruhusu kuendelea na kidato cha 5
na 6. Mikidadi alijitahidi sana kumuingiza katika kozi ya uhazili,
aliniandikia mwaka 1994:

*28/4/94. Fatuma yupo hapa DSM na ameshamaliza shule pale Mtwara
Technical sasa anajiandaa baadaye kwenda shule ya uchapaji (chuo cha
Uhazili).*

Hata hivyo miaka miwili baadaye aliniambia:

*16/1/96. Fatuma Abdallah amefaulu na kupata daraja la tatu. Hakupata
kwenda kidato cha tano na mimi sina uwezo wa kumpeleka. Sasa namta-
futia kozi ya uganga RMA. Nadhani nitampatia.*

Hili nalo linaonekana halikufanikiwa kwani aliniandikia tena
baadaye:

*7/8/96. Fatuma Abdallah bado nipo nae hapa Dar. Hajaanza kozi yoyote
na hajapata kazi.*

Baadaye Fatuma alifanikiwa kujiunga na chuo cha Uuguzi na
aliendelea kuishi na Mikidadi na Hadiya huku akiwa anafanya
kazi katika zahanati moja ndogo. Fatuma alikutana na mumewe
alipokuwa kazini.na nilipokutana nao mwaka 2010 walikuwa na
watoto wawili, wa kike na wa kiume. Kabla hajafariki, Hadiya alim-
saidia Fatuma kulea watoto, lakini baadaye Fatuma alilazimika
kutafuta mfanya kazi wa ndani ili aweze kuendelea na kazi.

Baada ya kifo cha Hadiya, ilikubaliwa kuwa nyumba ya Hadiya
iandikishwe kwa majina ya Amina na Khadiya, lakini Fatuma na
mumewe wangepangishiwa. Kwa njia hiyo, nyumba ilibaki na
familia. Fatuma alimchukua binti wa dadaye mkubwa Biubwa
na kuishi naye. Wakati huo Biubwa tayari alikuwa ameolewa na
anaishi Kanga na ana watoto kadhaaa. Fatuma alimchukua mtoto
huyo ili akae nae amalize shule Dar kwani ilionekana kuwa shule
za Dar ni bora kuliko shule ya Kirongwe iliyoanzishwa kisiwani
Mafia alipokuwa anasoma binti huyo. Nilikutana na binti huyo

mwaka 2010 naye alikuwa amemaliza kidato cha nne lakini kama wenzie, alama zake hazikuwa nzuri; hivyo ilipangwa kuwa arudie mwaka kwa matumaini kuwa mambo yangebadilika ili aweze kuendelea na elimu.

Fatuma alimkumbuka mama yake sana na aliniambia kuwa hata alimuota:

Siku hiyo usiku kabla sijaenda kujifungua nilimuota Rukia na aliniambia 'nimekuja kukuzalisha na utapata mtoto wa kike.' Kwa hiyo niliota kafanya hivyo kisha akaondoka.

Mimi pia nilikuwa na kumbukumbu za Rukia:

Pat: Unajua alikuwa anakuja toka Bweni kumsaidia mdogo wake Kuruthumu na bibi yako mwaka 1985, ingawa ilikuwa ni mfungo wa Ramadhani na alimbeba mtoto umbali wote huo toka Bweni.

Fatuma: Ndio, nililifahamu hilo, nakumbuka pia kuwa kila mwisho wa juma mara tu baada ya shule tulikuwa tunatembea toka Bweni hadi Kanga na tunakaa huko ili kusaidia kazi. Nilichukia sana kwa sababu ilikuwa inanichosha sana.

Aliniambia kuwa ndugu zake wengi walikuwa Dar na wengi walishapata kiwango fulani cha elimu, wengi kwa msaada wa Mikidadi. Lakini watoto wa dada mwingine wa Mikidadi, aitwaye Kuruthumu, wote waliishi kisiwani Mafia na walisoma pale

Abubakari kwenye maktaba yake, Dar 2010

Hadithi ya Bw. Abubakari

Moja kati ya mafanikio makubwa ya Mikidadi ni maendeleo ya Abuba-
kari Mussa Ali, mtoto wa mmoja wa baba zake Mikidadi, anaandika
kwa kiingereza:

*20/10/90. Dar es Salaam. Mdogo wangu ABUBAKARI MUSSA ALI
anayekaa hapa akisoma elimu ya Kiislamu anakwenda chuo kikuu cha
El-Azhar University kwa ajili ya kujiendeleza kielimu. Anaondoka hapa
kwenda Cairo Misri tarehe 27/10/90 kwa ndege ya shirika la ndege la
Misri. Nimempatia anuani yako na atakuandikia mara tu atakapofika,
atakuwa huko kwa miaka 8 tangu 1990-1999.*

Barua nyingine ya Mikidadi ilieleza zaidi:

*Mdogo wangu ABUBAKARI MUSSA ALLY yule niliyekuwa nakaa naye,
aliyekuwa anasomea masomo ya dini amefaulu na amepata udhamini
wa kwenda kusoma Misri chuo cha El- Azhar. Anuani yake ni: Islamic
Student City, Al-GAISH Road no 727, Al-ASSAFIRA, ALEXANDRIA - EGPYT*

Tuliwasiliana na Abubakari kama mara mbili hivi kwa mwaka katika
kipindi cha miaka kumi na minne alipokuwa Misri hadi aliporejea
Tanzania mwaka 2004. Maisha yake huko Misri hayakuwa marahisi
sana, kwani tarehe 28 Januari mwaka 1994 Abubakari aliniandikia
kunieleza masomo yake yalivyokuwa yanaendelea:

*Kwa upande wa masomo yangu, naendelea vizuri kiasi ingawa huwa
nakumbana na matatizo ya hapa na pale, lakini tunajaribu kupambana
nayo ili kufikia lengo, kwani Waswahili wanasema 'Mtaka cha uvunguni
sharti ainame'.*

*Na pengine unajiuliza ni masomo ya aina gani ninayachukua? Jibu ni
kwamba kwa sasa hivi nachukua masomo ya aina mbili yaani mchan-
gayiko ya kidini na yasiyo ya kidini, na baada ya kumaliza kiwango hiki
cha Sekondari, nina nia ya kuchukua masomo ya lugha ya Kiarabu tuu.
Unajua mimi napendelea sana (like so much) kufahamu lugha mbalim-
bali, hivi sasa pia nimo mbioni kusoma Kiingereza mpaka niwashinde
kina Emma na Mark (watoto wake Pat).*

*Kuhusu Mafia huwa napata barua kutoka kwa kaka Miki mara kwa mara,
naye pamoja na mkewe na watoto wako Mafia kwa kuwauguza (take
care about) wazee, kwani baba Maalim na mama wanaugua mara kwa
mara, unajua ni magonjwa ya uzee tena.*

Mwanzoni mwa 1995, Abubakari aliandika tena kuhusiana na kifo cha mama yake Mikidadi na katika majibu yangu nilimuulizia kuhusiana na masomo yake. Alinijibu katika barua ya Mei 11, mwaka 1995:

Kuhusu maswali yako uliyoniulizia kuhusu masomo yangu ni kwamba kwa sasa nachukua masomo ya kiarabu pamoja na masomo ya dini mbalimbali. Kwa kweli mimi sikufurahishwa na system zao za masomo, kabla sijafika hapa walipotutumia scholarship za masomo walitueleza tutakuja kusoma masomo mbali mbali. Siyo ya kidini tu, na hapo zamani Azhari ilikuwa inatoa mafunzo mbali mbali kwa wanafunzi wa kigeni kama sisi. Nilipofika hapa nimekuta mambo yote tuliyoambiwa tukiwa Tanzania ya shule yetu hayakuwa ya kweli, wakatuambia wanafunzi wote wa kigeni hawaruhusiwi kuchukua masomo yasiyokuwa ya kidini pamoja na lugha ya Kiarabu. Kwa kweli nilikaribia kurudi nyumbani, lakini nikajaribu kula mbivu. Kwa hiyo mpaka muda huu naendelea kuchukua masomo ya dini na kiarabu na ifikapo mwezi wa 6 mwaka huu nategemea kumaliza kidato cha nne.

Baada ya hapo nina lengo la kuingia Chuo Kikuu, na huko nina lengo la kujiunga na kitivo cha lugha ya kiarabu, nataka kuhusika na kiarabu, nimechoka kuchukua masomo ya dini, kwani kila ukizama sana katika dini ndipo unakutana na mapigano mengi ndani yake.

Na huku chuo kikuu muda wake ni miaka minne, umalizapo unapata degree kama mtaalam wa lugha ya kiarabu, nami nakipenda sana kiarabu. Pia hayo masomo ya chuo kikuu sitayasoma hapa Alexandria bali Cairo kwa hiyo ifikapo mwezi wa nane nitahamia Cairo. Pia huko Cairo nina lengo la kujisomea ufundi wa radio na TV, masomo ambayo yanaweza kunisaidia hapo baadaye katika maisha yangu nirudipo nyumbani, nayo hapa siyo ghali sana kama nyumbani Tanzania.

Abubakari hakurudi Tanzania mara moja kama alivyokuwa amepanga, baada ya kumaliza shahada yake, ilichukua miaka tisa mingine kabla ya kurudi Tanzania mwaka 2004, na nilikuwa miongoni mwa watu waliompokea katika uwanja wa ndege. Katika kipindi hicho cha mpito, tuliendelea kuwasiliana mara kwa mara na Abubakari. Mwaka 2010 miaka 6 baada ya kurudi kwake, nilikwenda kuongea na Abubakari juu ya kumbukumbu zake juu ya Mikidadi, na aliniambia kwa kina yaliyomtokea alipokuwa Misri:

Nilianza elimu ya msingi kisiwani Mafia, lakini sikufaulu darasa la saba, kwa hiyo sikuendelea na masomo ya Sekondari. Mwaka 1983, nilikwenda Dar na nikaanza biashara ndogo ya kuuza nazi. Mikidadi alitaka niendelee na elimu. Kulikuwa na kituo cha elimu cha watu wa Misri kilichofundisha masomo ya elimu dunia (Jiografia na Hisabati) na masomo ya dini pamoja na lugha ya Kiarabu, kwa hiyo nilirudia darasa moja la elimu ya msingi kisha nilipata ufadhili nikaenda Misri.

Wakati huo, tayari nilishakuwa mkubwa na mawazo yangu yalishapanuka hivyo nilitaka kusoma na ndipo nikapata ufadhili huo wa kwenda Cairo. Nilisoma masomo ya Sekondari huko Alexandria kwa miaka minne, kisha nikajiunga na chuo kikuu cha Azhar huko Cairo. Tangu mwaka 1995 nilikuwa nikisoma shahada ya Kiarabu na nilimaliza shahada ya kwanza mwaka 2003. Ilinichukua muda mrefu kwani ilinibidi nifanye kazi za ziada ili kuongezea kwenye ufadhili niliokuwa nao ambao ilikuwa ni kiasi cha dola za kimarekani 10 tu kwa mwezi pamoja na chakula na malazi. Nisingeweza kuendelea bila kufanya kazi, nilikuwa nafanya kazi kama mpeleka vyakula mahotelini.

Baada ya hapo niliona ni bora nifanye na masomo mengine, maana utafanya nini sasa na shahada ya Kiarabu pekee? Hivyo nilisoma umeme wa majumba, kompyuta na umeme wa magari na nikajipatia leseni ya udereva ya kimataifa. Pamoja na hayo, nilitaka kufanya vizuri zaidi, hivyo nilikwenda kwenye taasisi ya masomo ya majini inayofadhiliwa na mradi wa NORAD na pia kina mahusiano na taasisi ya utawala ya watu wa NORWAY. Wanatoa ufadhili kwa Watanzania hasa watokao Dar na Zanzibar, wanachukua watu wenye shahada ya kwanza kama mimi au hata wale wenye elimu hadi ngazi ya cheti na uzoefu. Kwa hiyo nilikwenda hapo kwa mwaka mmoja tangu kwaka 2003 hadi 2004 nikasomea stashahada ya juu ya utaratibu wa ugavi na usafirishaji wa watu na vitu wa kimataifa. Kozi hii ilifundishwa kwa lugha ya Kiingereza na wahadhiri toka sehemu mbalimbali duniani, nilifanikiwa hata kutembelea Barcelona kwa muda wa majuma mawili nilipokuwa nafanya mafunzo kwa vitendo.

Kisha niliamua kurejea nyumbani mnamo mwaka 2004, nilikuandikia na kukusihi uwaambie wazazi wangu kwani ungewahi kufika kabla yangu. Lakini hebu fikiri! Nimekuwa huko kwa takribani miaka kumi na

*nne bila kuona ndugu yangu hata mmoja. Nilimuacha mdogo yangu
mmoja akiwa na miaka minne, niliporudi alikuwa na miaka 18! Kipindi
hicho barua pepe hazikuwapo wala simu, hivyo tulitegemea barua tu.
Si wengi wanaoweza kufanya kile nilichofanya, unajua nilianzia upya
kwenye elimu ya msingi. Lakini nisingeweza kufanya lolote kati ya haya
bila ya juhudi za Mikidadi. Nilitarajia kupata ushauri wa Mikidadi nili-
porudi, lakini alikuwa ameshafariki. Nilikuwa mgeni, kila kitu kilishaba-
dilika! Mahusiano ya kijamii yalishabadilika pia.*

Hitimisho: Uwajibikaji

Ingawa Tanzania inasifiwa na mashirika ya kimataifa kama vile
shirika la fedha duniani IMF, na lile la biashara WTO, kuwa inapiga
hatua, katika kipindi ambacho kitabu hiki kilikuwa kinaandikwa,
kwa Watanzania wa kawaida, maisha bado yalikuwa ni magumu.
Hili linadhihirishwa na maisha ya familia ya Mikidadi na ndugu
zake. Pamoja na juhudi kubwa zinazofanywa, mafanikio kama vile
elimu na uhakika wa maisha yamebakia kuwa njozi kwa wengi.
Lakini, ingekuwa makosa kuwatazama watu hawa (akina Miki-
dadi) kama wahanga, bali ni wale wanaojitahidi kuleta mabadiliko.

Mikidadi alijiona kama mtu wa kawaida sana aliyezaliwa
katika familia ya kawaida katika kisiwa cha Mafia. Nashawishika
kusema kuwa mtindo wa maisha aliyotaka kuishi ulisababishwa
na mambo mawili. Kwanza, malezi yake katika kisiwa cha Mafia
ambapo yalichangiwa na elimu ya dini iliyosisitiza umuhimu wa
kutoa kipaumbele kwa wazazi na wanafamilia wengine, na kwa
sababu hiyo, Mikidadi hayupo peke yake. Sababu ya pili ni kuwa,
kama ilivyokuwa kwa wengi walioishi enzi za Nyerere na siasa za
Ujamaa, naye pia aliongozwa sana na siasa na imani za Ujamaa.

Hata hivyo, katika kipindi cha maisha yake, pia alikuwa ni
mhanga wa mitazamo na misukumo ya watu wengi aliokuwa nao
katika shule ya Sekondari, katika elimu ya misitu, na kazi yake.
Jambo jingine lililotawala sana mawazo yake ni ushiriki wake
katika dini na asasi za kiislamu wakati ambapo dini ya Kiislamu
ilikuwa ikienea duniani. Pengine mimi pia nilikuwa na mchango
na ushawishi katika maisha yake kwani aliendelea kuniuliza juu ya
maendeleo ya masomo yangu, kisha kazi na hatimaye maendeleo

ya kitaaluma ya watoto wangu. Kwa maneno mengine, Mikidadi hakutawaliwa na mawazo na ushawishi wa jamii aliyozaliwa na kukulia, ilikuwepo misukumo toka vyanzo vingi tofauti tofauti. Alitamani kujaribu njia mbalimbali ili kubadili hali ya maisha aliyokuwa nayo. Kadri wigo wake ulivyozidi kupanuka, alizidi kutambua kuwa watu wa Mafia walihitaji msaada na mambo yalipaswa yabadilike ili kubadili maisha ya watu wa Mafia. Katika nyanja hii, alifanikiwa kwenda mbele zaidi na kuvuka vikwazo vilivyosababishwa na maisha yake katika kisiwa cha Mafia. Mimi ninamtazama kama muwajibikaji, aliyechukua majukumu ya familia yake, kwa ajili ya watoto wengi na kwa ajili ya jamii yake.

Amina na watoto wake, Rukia na Mikidadi, Zanzibar 2010

Jifunze Zaidi

Kuhusu Kisiwa cha Mafia

Andrews, G, 1998. 'Mafia Island Marine Park, Tanzania: implications of applying a marine park paradigm in a developing country' unpub. conf. paper. ITMEMS 1998 Proceedings. Available on the following website: www.reefbase.org/pdf//itmems98/itmems_267-279_s07_2. pdf

Caplan, P. 1975 Choice and Constraint in a Swahili Community: Property, Hierarchy and Cognatic Descent on the East African Coast Oxford University Press/International African Institute (162 pp.)

1981 "Development Policies in Tanzania: Some Implications for Women" in The Journal of Development Studies 17, 3: 98-108 (also published in N. Nelson (ed.) African Women in the Development Process Frank Cass.

1983 "Women's Property, Islamic Law and Cognatic Descent" in R. Hirschon (ed.) Women and Property, Women as Property Croom Helm: 23-43

1989 "Perceptions of gender stratification" Africa September: 196-208

1992 "Socialism from above; the view from below" in Peter Forster (ed.) Tanzanian Peasantry: Economy in Crisis Gower Press 1992: 103-23 (also as "Socialism from above in Tanzania: the view from below" in ASA volume Socialism in Anthropological Theory and Local Practice ed. Chris Hann. Routledge, 1993: 77-91)

1993 "Learning Gender: field work in a Tanzanian coastal village, 1965 85" in Gendered Fields D. Bell, P. Caplan and W. Karim (eds.) Routledge: 168-81.

1995(a) Food, Health and Fertility Further Investigated with Particular Reference to Gender: a Report on Fieldwork on Mafia Island, Tanzania, June-August 1994. Report present to the Tanzania National Scientific Research Council (Utafiti), July 1995 (38pp.)

1995(b) "Law and custom: marital disputes on Mafia Island, Tanzania" in P. Caplan (ed.) Understanding Disputes: the Politics of Law. Berg Press. pp. 203-22.

1995(c) "Children are our wealth and we want them": a difficult pregnancy on Mafia Island, Tanzania' in D. Bryceson (ed.) Women Wielding the Hoe: Lessons from Rural Africa for Feminist Theory and Development Practice Berg Press, 1995.

1995(d) "In my office we don't have closing hours: Gendered household relations in a Swahili village in northern Mafia Island" in Colin Creighton and Cuthbert Omari (eds.) Gender, Family, and Household in Tanzania Avebury, 1995, pp. 118-38.

1995(e) 'Monogamy, polygyny or the single state? Changes in marriage in a Tanzanian coastal village, 1965-94.' in C. Creighton ed. Gender, Family and Household in Tanzania vol. II Avebury Press.

1997 African Voices, African Lives: Personal Narratives from a Swahili Village London and New York: Routledge (266 pp.)

1998 'Experiencing old age on Mafia Island, Tanzania' in M. Aguilar (ed.) Social Models of Gerontocracy in Africa Lawrenceville, N.J.: African World Press.

1999 'Where have all the young girls gone? Gender and sex ratios on Mafia Island, Tanzania' in Agrarian Economy, State and Society in Contemporary Tanzania ed. P. Forster and S. Maghimbi. Avebury Press.

2000 'Monogamy, Polygyny or the single state? Changes in marriage patterns in a Tanzanian coastal village, 1965-94.' in C. Creighton and C.K. Omari Gender, Family and Work in Tanzania Ashgate, Aldershot, Burlington USA, Singapore, Sydney

2003(a) 'Struggling to be modern: recent letters from Mafia Island'. In P. Caplan and F. Topan (eds.) Swahili Modernities. Lawrenceville, NJ.: Africa World Press.

2003(b) Life on Mafia Island, Tanzania. 50 minute film. Angalia 'Youtube'

2003(c) Video. 'Maisha ya Watu Kisiwani Mafia' (longer Swahili version of the above, 75 mins)

2004 Website for Mafia Island (www.mafia-island-tanzania.gold.ac.uk), updated 2010-11

2007 'But the coast, of course, is quite different': academic and local ideas about the East African littoral' Journal of Eastern African Studies vol.1 no. 2. 305-320. July.

2008 'Between socialism and neo-liberalism: Mafia Island, Tanzania, 1965-2004'. Review of African Political Economy no. 114: 679-94

2009(a) 'Understanding modernity/ies on Mafia Island, Tanzania: the idea of a moral community'. In Kjersti Larsen (ed.) Knowledge, Renewal and Religion: repositioning and changing ideological and material circumstances among the Swahili on the East African Coast Uppsala: Nordic Africa Institute.

2009(b) 'Freud in Minazini? Consulting a Swahili diviner', Utafiti, 7, 2, Dar es Salaam.

2011 Historical Photo Gallery of Mafia Island, 1965-2010 on Mafia Island website (tazama 2004 juu).

2011 'A 'clash of civilizations' on Mafia Island? The story of a dance festival'. Anthropology Today April

Chittick, N.1961. Kisiman Mafia: Excavations as an Islamic settlement on the East African Coast Occasional paper no. 12. Ministry of Education, Antiquities Division, Tanzania.

Environmental Association of Tanzania (ENATA) 'Environmental impact assessment for the proposed shrimp farming project in Mafia Island' submitted to the National Environment Management Council on behalf of Alphakrust Ltd. May 2003.

Freeman-Grenville, G.S.P. 1957. 'Prefatory note to Bauman's Mafia Island'. Tanganyika Notes and Records, 46, 1-24.

Horrill, J.C. and M.A.K. Ngoile, 1992. Mafia Island Project Report number 2 (vol. 1 text, vol. 2 appendices) The Society for Environmental Exploration and the University of Dar es Salaam.

Japhnet-Mulyila, Esther, 2001. Socio-economic impacts of marine protected areas: the case of Mafia Island Marine Park in Tanzania. Thesis presented for the M.Sc. in International Fisheries Management, University of Tromso.

Ministry of Natural Resources and Tourism, Board of Trustees, Marine Park and Reserves, Tanzania, 2000. Mafia Island Marine Park: General Management Plan. Dar es Salaam.

Piggott, D.W.I, 1941. 'History of Mafia' Tanganyika Notes and Records no. 11. (this originally appeared in the Mafia District Book which is held in the Tanzania Archives, Dar es Salaam)

Revington, T.M. 1936. 'Some notes on the Mafia Island Group'
Tanganyika Notes and Records no. 1. 33-7. (this also originally
appeared in the Mafia District Book).

Walley, C. 2003. 1'Our Ancestors Used to Bury their "Development" in
the Ground:' Modernity and the Meaning of Development within
the Mafia Island Marine Park, Tanzania in P. Caplan and F. Topan
(eds.) Swahili Modernities Africa World Press

Walley, Christine, 2004a. Rough Waters: nature and development in
an East African Marine Park. Princeton and Oxford: Princeton
University Press.

Sura ya 1: Utangulizi

Erdtsieck, Jessica, 2001. Nambela. Mganga wa Pepo DSM University Press.

Feierman, Steven, 1990. Peasant Intellectuals: Anthropology and History in Tanzania. Madison, U of Wisconsin Press.

Mirza, Sarah and Margaret Strobel (edited and translated), 1989. Three Swahili Women: Life Histories from Mombasa, Kenya.

Ngaiza, Magdalena and Bertha Koda. 1991. The Unsung Heroines: Women's life histories from Tanzania. Dar es Salaam WRDP.

Shostak, Marjorie, 1981 (1983). Nisa: the Life and Words of a !Kung Woman. Harmondsworth: Penguin Books.

Werbner, Richard. Tears of the Dead: the social biography of an African family. Edinburgh UP/IAI 1991

Sura ya 2: Miaka ya 1960

Cliffe, Lionel, 1969. 'From independence to self-reliance; in Kimambo, I.N. and A.J. Temua (eds.) A History of Tanzania. East African Publishing House.

Dumont, Rene, 1969. Tanzanian Agriculture after the Arusha Declaration. Dar: Ministry of Economic Affairs and Development Planning.

Meienberg, Hildebrand, 1966. Tanzania Citizen: a Civics Textbook. Nairobi: OUP

Nyerere, Julius, 1966. Freedom and Unity: Uhuru na Umoja: Writings and Speeches 1952-65. Dar es Salaam: Oxford University Press

Nyerere, Julius, 1968. Freedom and Socialism: Uhuru na Ujamaa: Writings and Speeches 1965-7. Dar es Salaam: Oxford University Press

Sura ya 3: Miaka ya 1970

BBC and Royal Anthropological Institute. Face Values TV series

Boesen, Janik, Birgit Storgard Madsen and Tony Moody, 1977. Ujamaa – Socialism from Above. Uppsala: Scandinavian Institute of African Studies.

Coulson, A. 1979. African Socialism in Practice: the Tanzanian Experience Spokesman Press: Nottingham.

Coulson, Andrew, 1982. Tanzania: a Political Economy. Oxford: Clarendon Press.

Green, Reginald Herbold, 1977, Towards Socialism and Self reliance: Tanzania's Striving for sustained transition projected. Scandinavian Institute of African Studies/SIDA

Fortman, L. 1980. Peasants, Official and Participation in Rural Tanzania: Experience with Villagization and Decentralization. Cornwell University, Ithaca, New York (mimeo)

Hyden, Goran, 1980. Beyond Ujamaa in Tanzania: Underdevelopment and an uncaptured peasantry. London: Heineman.

Mwansasu, Bismarck and Cranford Pratt (eds.), 1979. Towards Socialism in Tanzania. Toronto: University of Toronto Press

Othman, Haroub (ed.), 1980. The State in Tanzania: who controls it and whose interest does it serve? DSM: Dar University Press

Resnick, Idrian N. 1981. The Long Transition: Building Socialism in Tanzania. New York: Montly Review Press.

Ruhumbika, Gabriel, 1974. Towards Ujamaa: Twenty Years of TANU Leadership (contribution of UDSM to the 20th anniversary of TANU) Kampala, Nairobi, DSM: East African Literature Bureau.

Rweyemamu, Justinian, 1973. Underdevelopment and Industrialization in Tanzania: a Study of Perverse Capitalist Industrial Development. Nairobi: Oxford University Press.

Saul, John S. 1979. The State and Revolution in Eastern Africa. London: Heinemann

Shivji, Issa, 1973. The Silent Class Struggle. DSM Tanzania Publishing House

Shivji, Issa (ed.), 1975. Tourism and Socialist Development. DSM: Tanzania Publishing House.

Shivji, Issa, 1976. Class Struggles in Tanzania. London: Heineman.

Sutherland, Anne (ed.) 1978. Face Values. London: BBC/RAI

UDSM, 1976. The Party: Essays on TANU. Dar: Tanzania Publishing House. Pamphlet

Tandon, Yash, (ed.) 1982. UDSM: Debate on Class, State and Imperialism. DSM: Tanzania Publishing House.

Von Freyhold, Michaela, 1979. Ujamaa Villages in Tanzania: Analysis of a Social Experiment. London: Heineman.

Sura ya 4: Miaka ya 1980

Havenik, Kjell, 1993. Tanzania: the limits to development from above. Nordiska Afrikaninstitutet, Sweden, Mkuki na Nyota, Dar.

Kahama, George, T.L. Maliyamkono and Stuart Wells, 1986. The Challenge for Tanzania's Economy. London: James Currey ; Dar es Salaam: Tanzania Publishing House.

Meena, R. 1991. 'The impact of structural adjustment programmes on rural women in Tanzania' in C. H. Gladwin (ed.) Structural Adjustment and African Women Farmers University of Florida Press, Gainesville: 169-90.

Othman, H. and E. Maganya 1989 'Tanzania: the pitfalls of the structural adjustment programmes' in B. Onimode (ed.) The IMF, The World Bank and the African Debt (vol. 1.) IFAA/Zed, London.

Sura ya 5: Miaka ya 1990

Chachage, C.S.L. and M. Mbilinyi (eds.) Against Neoliberalism: Gender, Democracy and Development. TGNP and E and D.

Creighton, Colin and C.K. Omari (eds.), 1995. Gender, Family and Household in Tanzania. Aldershot: Ashgate.

Creighton, Colin and C.K. Omari (eds.) 2000. Gender, Family and Work in Tanzania. Aldershot: Ashgate.

Forster, Peter G. and Sam Maghimbi (eds.), 1992. The Tanzanian Peasantry: Economy in Crisis. Aldershot etc.: Avebury.

Forster, Peter G. and Sam Maghimbi (eds.), 1999. Agrarian Economy, State and Society in Contemporary Tanzania. Aldershot: Ashgate

Kaiser, Paul J. 1996. 'Structural adjustment and the fragile nation: the demise of social unity in Tanzania'. Journal of Modern African Studies 34, 2, 227-37.

Kihacha, 2002. Food is Politics: Struggles over food, land and democracy. Dar. Rural Food Security Policy and Development Group (KIHACHA)

Muya, Max, 1998. Tanzania: Political Reform in Eclipse: Crises and Cleavages in Political Parties. DSM: Friedrich Ebert Stiftung

Mmuya, Max and Amon Chaligha, 1992. Towards Multiparty Politics in Tanzania. DSM UP

Mmuya, Max and Amon Chaligha, 1994. Political Parties and Democracy in Tanzania. DSM University Press and Friedrich Ebert Stiftung.

Swantz, Marja-Liisa and Aili Mari Tripp (eds.), 1996. What went Right in Tanzania: People's Response to Directed Development. DSM: Dar University Press.

Tripp, Aili Mari, 1997. Changing the Rules: the Politics of Liberalization and the Urban Informal Economy in Tanzania. Berkeley: University of California Press.